களிநெல்லிக்கனி
ஔவையார் கவித்துவத் திரட்டு

களிநெல்லிக்கனி

ஔவையார் கவித்துவத் திரட்டு

இசை (பி. 1977)

இயற்பெயர் ஆ. சத்தியமூர்த்தி. கோவை மாவட்டம் இருகூரில் வசித்துவருகிறார்.

இதுவரை ஒன்பது கவிதை நூல்களும், ஏழு கட்டுரை நூல்களும் வெளியாகியுள்ளன.

இது இவரது எட்டாவது கட்டுரை நூல்.

மின்னஞ்சல்: isaikarukkal@gmail.com

ஆசிரியரின் பிற நூல்கள்
(காலச்சுவடு வெளியீடு)

கவிதை

- உறுமீன்களற்ற நதி (2008)
- சிவாஜி கணேசனின் முத்தங்கள் (2011)
- அந்தக் காலம் மலையேறிப் போனது (2014)
- ஆட்டுதி அமுதே! (2016)
- வாழ்க்கைக்கு வெளியே பேசுதல் (2018)
- நாயகன் வில்லன் மற்றும் குணச்சித்திரன் (2019)
- உடைந்து எழும் நறுமணம் (2021)
- இசை கவிதைகள் (2008-2023) (2023)

கட்டுரை

- லைட்டா பொறாமைப்படும் கலைஞன் (2015)
- உய்யடா உய்யடா உய்! (2017)
- பழைய யானைக் கடை (2017)
- தேனொடு மீன் (2020)
- மாலை மலரும் நோய் (2021)
- அழகில் கொதிக்கும் அழல் (2022)

இசை

களிநெல்லிக்கனி
ஔவையார் கவித்துவத் திரட்டு

காலச்சுவடு பதிப்பகம்

● அன்பார்ந்த வாசகருக்கு,

வணக்கம்.

காலச்சுவடு நூலை வாங்கியமைக்கு நன்றி.

நூலின் உள்ளடக்கம், உருவாக்கம், அட்டைப்படம் இன்ன பிற அம்சங்கள் பற்றிய உங்கள் கருத்துகளையும் ஆலோசனைகளையும் காலச்சுவடு வரவேற்கிறது. தகவல், எழுத்து, வாக்கியப் பிழைகள் தென்பட்டால் அவசியம் தெரிவித்து உதவுங்கள். நூல் தயாரிப்பில் கடும் குறைபாடு இருப்பின் மாற்றுப் பிரதி உங்களுக்குக் கிடைக்கக் காலச்சுவடு ஏற்பாடு செய்யும்.

மின்னஞ்சல்: **publisher@kalachuvadu.com**

காலச்சுவடு நாகர்கோவில் அலுவலகத்திற்குக் கடிதம் அனுப்பலாம்.

தங்கள்
எஸ்.ஆர். சுந்தரம் (கண்ணன்)
பதிப்பாளர் – நிர்வாக இயக்குநர்

களிநெல்லிக்கனி ♦ கட்டுரைகள் ♦ ஆசிரியர்: இசை ♦ © ஆ. சத்தியமூர்த்தி ♦ முதல் பதிப்பு: ஜூலை 2024 ♦ வெளியீடு: காலச்சுவடு பப்ளிகேஷன்ஸ் (பி) லிட்., 669, கே.பி. சாலை, நாகர்கோவில் 629001

காலச்சுவடு பதிப்பக வெளியீடு: 1282

kaLinellikkani ♦ Essays ♦ Author: Isai ♦ © A. Sathyamurthy ♦ Language: Tamil ♦ First Edition: July 2024 ♦ Size: Demy 1 x 8 (120mm x 210mm) ♦ Paper: 18.6 kg maplitho ♦ Pages: 184

Published by Kalachuvadu Publications Pvt. Ltd., 669 K.P. Road, Nagercoil 629001, India ♦ Phone: 91-4652-278525 ♦ e-mail: publications@kalachuvadu.com ♦ Printed at Mani Offset, Chennai 600077

ISBN: 978-93-6110-490-9

07/2024/S.No. 1282, kcp 5181, 18.6 (1) 9ss

தாயம்மாள் அறவாணன்
தங்கை ரம்யா
இருவருக்கும்

நன்றி

பாவண்ணன், விஷால் ராஜா, சுகுமாரன்,
ஜெயமோகன், சக்திவேல், மிஷ்கின்,
பிரசாத் முருகேசன், ஸ்டாலின் ராஜாங்கம்,
சாம்ராஜ், அகச்சேரன், செந்தில்குமார் நடராஜன்,
சுகா, மரபின் மைந்தன் முத்தையா, அரவிந்தன்,
தி. பரமேசுவரி, சத்தர்ஷன், காலச்சுவடு

பொருளடக்கம்

என்னுரை: கவியிலே இனிப்பதென்ன! 11

அ. வாயில் 15

ஆ. சங்கத்து அகப் பாடல்கள் 19

1. கைகவர் முயக்கம் 21
2. உன் ஆசைக்கு யாருமில்லை 31

இ. சங்கத்துப் புறப்பாடல்கள் 41

1. தொழுது, ஆற்றா தியாகம் 43
2. பசியின் மலர்கள் 51
3. மாமலர் சூடா மானிடர் 57

ஈ. திருவள்ளுவ மாலை – கடைசிப் பாடல் 67

உ. தனிப்பாடல்கள் 69

1. என்றும் கிழியாதுன் பாட்டு! 71
2. பெண்ணைத் துரும்பாக்குவது எப்படி? 81

ஊ. பக்திப் பாடல்கள் 89

1. ஔவைக் குறள் – மாதூ வெளி 91
2. விநாயகர் அகவல்: உவட்டா உபதேசம் 94

எ. நீதி மொழிகள் 97

1. ஆத்திசூடி – ரா. ராகவையங்கார் 99
2. ஆத்திசூடி – அயோத்திதாசப் பண்டிதர் 104
3. கொன்றை வேந்தன் – ஈயார் தேட்டை தீயார் கொள்வர் 110
4. நல்வழி – எண்பது கோடி நினைப்புகள் 112
5. மூதுரை – நீதியின் அழகு 117

ஏ. பிற்காலத்துப் பிற படைப்புகள் 121
1. அசதிக் கோவை – குவிமுலை தொடுதல் 123
2. பெட்டகம் – அண்டை வீடறியாள் 126
3. ஔவை நிகண்டு 130
4. பந்தனந்தாதி – கபிலன் திடுக்கிடும் ஒரு வரி 132
5. கல்வி ஒழுக்கம் – மாசறு கல்வி 136
6. கணபதி ஆசிரிய விருத்தம் – வெகு வித்தை தா! 138
7. வேழமுகம் – நொடியில் அழுது செயல் 141
8. நீதி ஒழுக்கம் – இறையனார் விளையாட்டு 143
9. தரிசனப்பத்து – ஞானப்பழம் 145

பின்னிணைப்பு 147

என்னுரை

கவியிலே இனிப்பதென்ன!

நீலிமின்னிதழுக்காக ஔவை பற்றிய ஒரு கட்டுரை என்கிற அளவில் தொடங்கிய பணி இது. இப்போது முழு நூலாக விரிவடைந்துள்ளது. கிட்டத்தட்ட இரண்டு ஆண்டுகள்... இழுத்துச் செல்லப்பட்ட இரண்டு ஆண்டுகள்.

சங்க ஔவை தொடங்கி 18ஆம் நூற்றாண்டில் வாழ்ந்து 'தரிசனப்பத்து' என்கிற முருகன் துதிப்பாடல் நூலை எழுதிய ஔவைவரை எல்லா ஔவை களின் கவித்துவத்தையும் அணுகிப் பார்க்க இதில் முயன்றிருக்கிறேன். சங்க ஔவையின் பாடல்களில் ஒன்றிரண்டு பாடல்கள் தவிர்த்து எல்லாப் பாடல்களும் இடம்பெற்றுள்ளன. ஏனைய ஔவை களின் பாடல்கள் என் ரசனை சார்ந்தும், காலத்தின் தேவை சார்ந்தும் தொகுத்து ஆராயப்பட்டுள்ளன. கட்டுரைகளில் குறித்துள்ள பாடல்கள் முழுமையாகப் பின்னிணைப்பில் கொடுக்கப்பட்டுள்ளன. பாடல் வரிகளாக அல்லாமல், வெறும் கருத்தாகச் சுருக்கிச் சொல்லப்பட்ட பாடல்களின் முழு வடிவங்களும் பின்னிணைப்பில் உள்ளன.

பிற்காலத்து ஔவைகளின் படைப்புகள் எதற்கும் இன்னும் உரைகள்

எழுதப்படவில்லை. ஆகவே வேறு வழியின்றி நானே உரை சொல்ல வேண்டிவந்தது. பிழைகள் இருப்பின் தமிழ்ச் சான்றோர் பொறுப்பர் என்று நம்புகிறேன். பொறுப்பதோடு அவர்களே அதற்கு உரை செய்யும் பணியையும் மேற்கொள்ளலாம்.

தாயம்மாள் அறவாணன் 'ஔவையார் படைப்புக் களஞ்சியம்' என்கிற நூலைத் தொகுத்தளித்துள்ளார். அதில் ஔவைகளின் காலம்முதல் அவர்கள் தெய்வமாக வழிபடப்படும் இடங்கள்வரை பல்வேறு செய்திகளை அளித்துள்ளார். போற்றுதலுக்குரிய பணி இது. அவருக்கு என் பணிவான வணக்கம். நூலின் இறுதியில் எல்லா ஔவைகளின் அனைத்துப் பாடல்களையும் அவர் தொகுத்தளித்துள்ளார். ஆனால் அதற்கு உரைகள் காணப்படவில்லை. இனி வரும் தமிழ் மாணவர்களுக்கென்று அவர் விட்டுச் சென்றிருந்த இடத்தை இந்த நூல் ஓரளவு நிரப்பும் என்று நம்புகிறேன். இன்னும் சிலரும் பணியாற்றி நிரப்ப வேண்டிய இடம் இது.

இச்செயலை என் முன் வைத்தவர் நீலி இதழின் ஆசிரியர் ரம்யா. என்னைக் காட்டிலும் அவள் என்மீது கொண்டிருந்த நம்பிக்கை நிச்சயம் ஓர் உந்துசக்தியாக இருந்தது. அப்துல்கலாமைவிட அதிகமாகக் கனவு காண்பவள் அவள். நீலி இதழில் முதல் அத்தியாயம் வந்தபோதே இதை நூலாகக் கற்பனை செய்தவள் அவள்தான்.

தாயம்மாள் அறவாணன், தங்கை ரம்யா இருவருக்கும் இந்நூலைப் பெருமகிழ்வோடு சமர்ப்பிக்கி றேன்.

எனக்கு என்னைத் தெரியும். என்னளவில் பெரும்பணிதான் இது. வினையாற்றும் காலத்தில் ஓய்ந்திருந்த பேய்மதிக்கு என் நன்றி. பேய்கள் ஓயாமல் ஒன்றும் நடவாது. "இதோடு சரி... கபிலன், காரைக்கால் அம்மையார் என்று அடுத்தடுத்து விடுப்பு கோரக் கூடாது" என்று அவை என்னை எச்சரிக்கின்றன. நான் மெதுவாகப் புன்னகைக்கிறேன். பேசிப்பேசிப் பேய்களை அன்பாக்கிவிடலாம் என்று தோன்றுகிறது.

இந்த நூலில் ஔவையின் புகழ்பெற்ற சில வரிகள் விளக்கப்படாமல் வெறுமனே குறிக்கப்பட்டுள்ளன; சில வரிகள் குறிக்கப்படவும் இல்லை. அந்தப் புகழ் அவற்றிற்குப் போதுமானது. ஔவைகள் குறித்த தகவல் களை ஆராய்வதை விடுத்து அவர்களின் கவித்துவத்தில் தோய்வதையே முதன்மை நோக்கமாகக் கொண்டது இந்நூல்.

பழந்தமிழ் இலக்கியம் குறித்தான என் முதல் எழுத்து பெருமாள்முருகனின் 'வான்குருவியின்கூடு' நூலிலிருந்தே தொடங்குகிறது. அங்கிருந்து தனிப்பாடல் களுக்குப் பயணித்து, அதன் பிறகே சங்க இலக்கியம், பக்தி இலக்கியம் என்று தொடர்ந்தேன். அவர் இந்த நூலுக்குப் பின்னட்டைக் குறிப்பு அளித்திருப்பது பொருத்தமானது; மகிழ்ச்சி அளிப்பது.

நூலின் செம்மையாக்கத்தில் உதவிய தம்பி வீரபத்திரனுக்கும், அவனைத் தந்தமைக்காக தம்பி மனோஜிற்கும் என் அன்பு. அறிந்தும் அறியாமலும் இப்பயணத்தில் உடன் இருந்த ஒவ்வொரு நண்பரையும் நன்றியோடு நினைவில்கொள்கிறேன்.

இந்த நூலில் உள்ள பத்துக் கட்டுரைகள் *நீலி* மின்னிதழில் வெளியானவை; பிற நேரடியாக இந்த நூலில் இடம் பெற்றுள்ளன.

நூலை வடிவமைத்த ஐரினுக்கும், உற்சாகத்தோடு அட்டை வடிவமைத்துத் தந்த தோழர் றஷ்மிக்கும் என் நன்றிகள்.

இது அதியன் ஔவைக்கு அளித்த கனி அல்ல. ஔவை நமக்கீந்த கனி . . . கனிநெல்லிக்கனி.

இருகூர் **இசை**
24-03-2024

வாயில்

பழந்தமிழ் இலக்கியம் சார்ந்த என் எழுத்துக்களெல்லாம் நவீன இலக்கிய வாசகர்களை முன்னிலைப்படுத்தியதே. அவர்களில் நமது தொல் இலக்கியங்களின் மீது ஆர்வம் உள்ளவர்களின் எண்ணிக்கை சமீபமாகக் கணிசமான அளவில் உயர்ந்து வருகிறது. அவர்களுக்கே இந்தப் புதிய தொடர்.

ஔவையார் பாடல்களை மொத்தமாகத் தொகுத்துச் சில நூல்கள் வெளியாகியுள்ளன. ஔவையின் பிறப்பு, அவரது பங்களிப்புகள், பாதிப்புகள், அவர் குறித்த புராணக் கதைகள், ஔவை கோயில்கள் எனப் பல்வேறு விஷயங்களும் தொகுத்தளிக்கப்பட்டுள்ளன. ஆனால் நவீன இலக்கிய வாசகர்களில் சிலருக்கு ஔவையார் என்கிற பெயரில் எட்டுக்கும் மேற்பட்டோர் பாடல் புனைந்துள்ளனர் என்கிற செய்தியே புதிதாகத்தான் இருக்கும் என்று நினைக்கிறேன்.

ஔவை என்னுள் விடாது வினைபுரிந்து வருபவள். பட்டியலைக் கருதாமல் தரத்தைக் கருதி நோக்கினால் 'உறுமீன்களற்ற நதி' என்பதே என் முதல் கவிதைத் தொகுப்பு. ஔவையின் வரியிலிருந்துதுள்ளி விழுந்த தலைப்புதான்

அது. என் முதல் உரைநடை நூல் 'அதனினும் இனிது அறிவினர் சேர்தல்' அதுவும் அவள் அருளியதே. சமீபத்தில் நான் எழுதி முடித்திருக்கும் கட்டுரைத் தொடரின் தலைப்பு 'நாட்படு தேறல்'. "தேள் கடுப்பன்ன நாட்படு தேறல்" என்கிறாள் ஔவை. என் கவிதைகள் கட்டுரைகளுள் நுனிகித் தேடினால் மேலும் சில இடங்களில் ஔவை தென்படக்கூடும். இப்படி ஏதோ ஒரு வகையில், அவள் என்னோடு இருந்துகொண்டிருக்கிறாள் அவள்.

வாசிக்க வரும் முன்பே ஔவையின்மீது பெரிய ஈர்ப்பு இருந்தது. அதற்குக் காரணம் கே.பி. சுந்தராம்பாள். தமிழர்க்கு அவரே ஔவை. அவரன்றி இன்னொரு உருவில் ஔவையைக் காண நம்மால் முடிவதில்லை. அவர் பாடும் சினிமாப் பாடல்களையும் ஔவையின் பாடல்களாகவே நாம் கற்பித்துக் கொள்வதுண்டு. நானும் இளங்கோவும் எத்தனையோ முறை "உன் தத்துவம் தவறென்று சொல்லவும் ஔவையின் தமிழுக்கு உரிமை உண்டு" என்கிற வரிக்கு அரற்றிக்கொண்டு அழுது திரிந்திருக்கிறோம். கடவுளையே அதட்டும் ஒரு மொழியிலிருந்து பிறந்து வந்திருக்கும் கவிகள் நாம் என்கிற இறும்பூதின் பூரிப்பைத் தாள மாட்டாத கண்ணீர் அது.

என் வாத்தியார் சுகுமாரனுக்கு நான் அனுப்பிய முதல் குறுஞ்செய்தி இது: "உணர்ச்சியில் விளையாடும் உன்னதக் கவிச்சிங்கம் தளர்ச்சியில் விழலாகுமா, மகனே! சந்தனம் சேறாகுமா?" பதற்றமும் பரவசமும் நிறைந்த குரலில் அவரிடமிருந்து உடனடியாக வந்த அழைப்பு இன்னும் நினைவில் இருக்கிறது. "தருவதற்கொன்றுமில்லை . . . தலைவனே எனை ஆதரி!" என்று கே.பி.எஸ். உடையும் தறுவாயில் நான் ஒரு பூரண பக்தன்.

ஔவை என்கிற சொல்லில் கே.பி.எஸ். இருப்பது போலவே என் பாட்டியும் இருக்கிறாள். பெயர் பேச்சியம்மாள். அவளுக்குக் கொஞ்சம் கே.பி.எஸ்.ஸின் சாயல். இல்லை, அப்படியில்லை அவள் ரொம்ப குள்ளம். ஆனாலும் அவள் கே.பி.எஸ்.தான் எனக்கு. "யாருக்கும் வாழ்வுண்டு, அதற்கொரு நாளுண்டு அதுவரை பொறுப்பாயடா, மகனே! என் அருகினில்

இருப்பாயடா..!" என்று பாடுவது என் பாட்டியேதான். பாட்டிகளுக்கெல்லாம் ஒரே சாயல்தான் என்று நினைக்கிறேன். வாழ்வை ஒரு சுற்று பார்த்து வந்துவிட்ட ஆசுவாசம் அவர்கள் மடியில் உண்டு. பெற்றோர்கள் ஓட்டப் பந்தயத்தில் மூச்சிரைக்க ஓடிக்கொண்டிருப்பவர்கள். நம்மையும் தங்களோடு ஓடிவர நச்சரிப்பவர்கள். அவர்களிடம் இல்லாதவை பாட்டிகளிடம் உண்டு.

இத்தொடரில் நாம் காணவிருப்பது என் பாட்டியை அல்ல. சுந்தராம்பாளை அல்ல. ஔவையைத்தான். வியக்கச் செய்யும் அவளது கவித்துவத்தைத்தான். ஆயினும் ஔவை என்றால் எனக்கு இவ்வளவு உணர்ச்சிகளும் பொங்கியடிக்கவே செய்கின்றன. பிற இருவரும்கூட ஏதோ ஒருவகையில் இத்தொடருக்கான காரணங்கள்தான்

தமிழ் மரபில் எட்டுக்கும் மேற்பட்ட ஔவைகள் வாழ்ந்து மறைந்ததாகச் சொல்லப்படுகிறது. சங்கப் பாடல்களைப் பாடியவள் முதல் ஔவை. தனிப்பாடல்களில் கம்பனோடு பூசல் செய்பவள் இரண்டாம் ஔவை. ஆத்திசூடி, கொன்றை வேந்தன், மூதுரை, நல்வழி என்று நீதி சொல்லிப் பாடியவள் மூன்றாவது. விநாயகர் அகவலும், திருக்குறளைப் போல் ஔவை குறளும் பாடியவள் நான்காவது. நிகண்டுகள் செய்தவள் அடுத்தவள். ஆறாமவள் அசதிக் கோவை, பந்தன் அந்தாதி, பெட்டகம் போன்ற நூல்களை யாத்தவள். கல்வி ஒழுக்கம், கணபதி ஆசிரிய விருத்தம், வேழமுகம் ஆகிய நூல்களை எழுதியவள் ஏழாமவள். எட்டாம் ஔவை நீதி ஒழுக்கம், தரிசனப் பத்து எழுதியவள். இப்படி எட்டு ஔவையரை முன்வைக்கிறது தமிழறிஞர் தாயம்மாள் அறவாணன் எழுதிய 'ஔவையார் படைப்புக் களஞ்சியம்' என்கிற நூல்.

புகழ்பெற்ற ஒரு கவிஞரின் பெயரைப் பின்னால் வந்தவர்கள் சூட்டிக்கொண்டிருக்கலாம் அல்லது தனது பாக்களைப் புகழ் மிக்க ஒருவரின் பெயரால் உலவவிடும் உத்தியிலும் இவ்வளவு ஔவைகள் பிறந்திருக்கலாம். ஔவைகளின் பிறப்பு குறித்த தகவல்கள் ஏதும் உறுதி செய்யப்பட்டிராத நிலையில்,

பின்னாளைய ஔவைகளில் ஓரிருவர் ஆண்களாக இருக்கவும் வாய்ப்புண்டு என்று சந்தேகிக்கிறார் தாயம்மாள்.

ஔவை குறித்த ஆய்வு நூல்கள் சில இன்று வாசிக்கக் கிடைக்கின்றன. அவள் குடி பாணர் குடியா என்பது தொடங்கி அவை ஆராய்கின்றன. ஔவை பெயரில் பெண்கள் நோன்பு நோற்கிறார்கள். செல்வம் பெருக்கித்தரும், குழந்தை வரம் அருளும் தெய்வமாகிவிட்டாள் அவள். இதுபோன்ற தகவல்களுக்குள் அதிகம் நுழையாமல் அவள் கவித்துவத்தில் இன்புறுவதையே முதன்மை நோக்கமாகக் கொள்கிறது இத்தொடர்.

"சங்கத் தமிழ் மூன்றும் தா..." என்கிற பிரார்த்தனையில் ஒரு தமிழ் மாணவனாக எனக்குச் சிக்கல் ஒன்றுமில்லை. ஆனால் பிற்காலத்து ஔவைகளிடம் காலத்திற்கு ஒவ்வாத பிற்போக்கு வரிகளும் சில உண்டு. இன்று அவற்றை மெச்சிவிட முடியாது.

முடிந்தவரை ஔவை சொல்லின் அத்தனை அழகுகளையும் அள்ளி எடுத்துவிட வேண்டும் என்பதே என் விருப்பம்.

சங்கத்து அகப் பாடல்கள்

கைகவர் முயக்கம்

சங்கப் பாடல்களை வாசிப்பதில் உள்ள முதன்மையான சிக்கல் அதன் மொழி பழையது என்பது. வாழ்வு நிகழும் களமும் பழையது. பாடல்களில் பாடபேதங்கள் வேறு உள்ளன. உரைகளிலும் பேதங்களைக் காண முடிகிறது. சங்கப் பாடல்களுக்கு உரை செய்தல் சிக்கலான பணி. அது மெச்சத்தகு உழைப்புதான். ஆயினும் சின்னச் சிக்கலென்றால் அது சங்கத்திற்குக் கம்பீரக் குறைவு எனக் கருதி, மீசையை முறுக்குவது போல அந்தச் சிக்கலை முறுக்கி விடும் உரையாசிரியர்களும் உண்டு. அவர்களிடமிருந்து தப்பிவிடுதல் சங்கப் பாடல்களின்பாலான நமது நேயத்தை அணையாது காத்துக்கொள்ள உதவும். தவிர, சங்க இலக்கிய அறிஞர்கள் சிலரிடம் ஒருவித உடைமை உணர்வு செயல்படுகிறதோ என்று நான் சந்தேகிக்கிறேன். 'உலகில் யாருக்குமே கிடைக்காத ஞானப்பழம் ஒன்று என்னிடத்தில் உள்ளது' என்பதுபோல. அதைத் தருவதுபோல் நீட்டித் தாராதிருக்கும் வித்தையும் அவர்களுக்குத் தெரியும். இத்தனை சிக்கல்களையும் தாண்டிச் சங்கப் பாடல்கள் என்னை ஈர்க்கவே செய்கின்றன. முழுப்பாடலும்கூட

வேண்டியதில்லை. அதன் ஒரு வரிகூடப் போதும். மொத்த உலகமும் வேறெங்கோ இருக்க, தனித்தீவில், குட்டி அலையின் மீது நானும் அந்த வரியும் மாத்திரம் மிதந்து கிடக்க முடியும். “கைகவர் முயக்கம்” என்கிற ஔவையின் வரியொன்று அப்படியானது.

தலைவன் தலைவியைப் பிரிந்து செல்லத் துணிகிறான். தாராளமாகப் போ, ஆனால் கூடவே என்னையும் அழைத்துப் போ என்கிறாள். செல்லும் வழியில் நாம் கூடிக் கூடி இன்பம் துய்க்கலாம். என் கண்களும் உன்னைக் காணாது கண்ணீர் வடித்து வருந்தாது என்கிறாள். இவள் *“இளமை நிலையாமை”*யை அறிந்தவள். இன்பத்திற்குக் குறைவுபடாமல் பொருள் ஈட்டச் சொல்கிறாள்.

> மெய்புகுவு அன்ன கைகவர்
> முயக்கம் அவரும் பெறுகுவர் மன்னே (அக:11)

தாப மிகுதியால் அழுந்தப் பிணைந்த கைகளின் முயக்கத்தை “கைகவர் முயக்கம்” என்கிறாள் ஔவை. அது முயக்கத்தின் ஒரு சிறு அலகல்ல. மாறாக மொத்த முயக்கத்தின் தீவிரத்தையும் காட்டி நிற்கும் காட்சி. *“porn”* வீடியோக்களில் கைகவர் முயக்கத்திற்கு ‘ஷாட்’ வைக்கும் இரசனைக்காரர்கள் இன்னும் மிச்சமிருப்ப தாக உவகையுடன் பகிர்ந்துகொண்டான் பக்கத்து வீட்டுப் பையன். “தம்பி! பார்த்தது போதும்; படி” என்று சொல்லி அவனை அடுத்த வரிக்கு அழைத்துச் சென்றேன்.

“மெய் புகுவ அன்ன” எனில் ஒருவர் உடலுக்குள் ஒருவர் புகுந்துகொண்டது போன்ற முயக்கம்.

> நீர்வார் நிகர்மலர் கடுப்ப ஓ மறந்து
> அறுகுளம் நிறைகுந போல அல்கலும்
> அழுதல் மேவல ஆகி
> பழிதீர் கண்ணும் படுகுவ மன்னே

எமது கண்களும் அற்ற குளத்தை நிறைப்பதுபோலே அழுது வடியாது உறக்கம் பெறும்

தலைவன் பிரிந்து செல்லும் பாலை நிலம் நெருப்பெனச் சிவந்த சூரியனால் எரிக்கப்பட்ட காடு. அக்காட்டில் இலவம் பூக்கள் மலர்ந்துள்ளன. அதைப் பாடுகிறாள் ஔவை.

> இலைஇல மலர்ந்த முகையில் இலவம்
> கலிகொள் ஆயம் மலிபு தொகுபு எடுத்த
> அம்சுடர் நெடுங்கொடி பொற்பத் தோன்றி...

இலையின்றி மலர்ந்துள்ள இலவம் பூக்கள், பெண்கள் கூட்டம் உவகை பொங்க ஏந்தி வரும் கார்த்திகை தீபம் போன்று பூத்திருக்கின்றனவாம். இலவம் பூக்களில் ஒளிரும் அழகை நெருப்புச் சுடருடன் ஒப்பிடுகிறாள் ஔவை. 'அழகில் கொதிக்கும் அழல்' என்கிற என் நூலின் தலைப்பு அன்னைமீது ஆணையாக என் சொந்தச் சொற்கட்டு. ஆனால் நம் பாட்டியைப் பாருங்கள், ஒரே எட்டில் எத்தனை நூற்றாண்டுகளைத் தாண்டப் பார்க்கிறாள்!

ஔவையின் ஒரு பாடலில் வெள்ளிவீதி குறிப்பிடப்படுகிறாள். வெள்ளிவீதி தலைவனைக் காணாது ஊர் ஊராக அலைந்து திரிந்ததைப் போலே, பிரிவுத் துயர் தாளாது தானும் தலைவனைத் தேடி, செல்லச் செல்லச் தீராத பாதை வழியே செல்லப் போகிறேன் என்கிறாள் ஒரு தலைவி.

> ... நிரம்பா நீளிடை,
> வெள்ளிவீதியைப் போல நன்றும்
> செலவு அயர்ந்திசினால் யானே   (அக: 147)

அவள் அப்படிச் செல்லத் துணிந்த பாலை வழி குறித்த சித்திரிப்பு பயங்கரமானது.

> ஊன்பொதி அவிழாக் கோட்டு உகிர்க் குருளை
> மூன்றுடன் ஈன்ற முடங்கர் நிழத்த
> துறுகல் விடர் அளைப் பிணவுப்பசி கூர்ந்தென
> பொறிகிளர் உழுவைப் போழ்வாய் ஏற்றை
> அறுகோட்டு உழைமான் ஆண்குரல் ஓர்க்கும்
> நெறிபடு கவலை...

மூன்று குட்டிகளை ஈன்று போட்ட களைப்போடும், அந்தத் தளர்ச்சியால் வருத்தும் கொடிய பசியோடும் கிடக்கிறது பெண் புலி. துணையின் மீதான அளவற்ற அன்பிலும், அதன் பசியைப் போக்க வேண்டிய இன்றியமையாத கடமையிலும் இருக்கும் ஆண் புலி, தூரத்தில் கேட்கும் ஒரு மானின் குரலை உற்றுக் கேட்கும்படியான பாலை வழி அது. இங்கு வேட்டை சித்திரிக்கப்படவில்லை. ஆனால் நடந்து முடிந்து

விட்டது. தூரத்திலிருப்பதாகச் சொல்லப்பட்டாலும் மான் இப்போது புலியின் வயிற்றுக்குள்தான் உள்ளது.

புலிக்குட்டியைக் குறிப்பிடும் ஔவை அதன் உருவை வேங்கை மலருக்கு உவமை சொல்கிறாள். வேங்கை மரம் 'பாயா வேங்கை' என்றும், வேங்கை எனும் விலங்கு 'பாயும் வேங்கை' என்றும் நம் முன்னோர்கள் பகுத்துரைக்கிறார்கள். எவ்வளவு கச்சிதமான, ரசமான சுட்டல்! ஆயுளுக்கும் மறக்காத சுவாரஸ்யம்.

ஔவையின் பாடலில் வெள்ளிவீதி வந்துள்ளது போல வெள்ளிவீதியின் பாடல் ஒன்றில் ஆதிமந்தி குறிப்பிடப்படுகிறார்.

> யானே காதலர் கெடுத்த சிறுமையொடு, நோய் கூர்ந்து
> ஆதிமந்தி போலப், பேதுற்று அலந்தனென் . . .
>
> (அக: 45)

இந்தப் பாடல்களின் வழியே மூன்று புலவர்களின் காலத்தையும் அறிய முடிகிறது. இப்படி ஒரு பெண்கவி இன்னொரு பெண் கவியைத் தன் பாடலில் வைத்து எழுதியதுபோல, ஆண்கவிகள் யாரேனும் இன்னொரு கவியைக் குறிப்பிட்டுப் பாடியுள்ளார்களா என்கிற தகவல் உடனடியாக நினைவிற்கு வரவில்லை. ஆய்வு மாணாக்கர் ஆராய்ந்துகொள்ளலாம்.

'வானத்தில் எறியப்பட்ட கூதள மாலை போல குருகுக் கூட்டம் பறந்து செல்லும் வாடைக் காலம்' என்று எழுதுகிறாள் ஔவை. மாலை ஒன்று வானத்தில் பறந்து செல்லும் காட்சியை ஒரு முறை கண் மூடிப் பாருங்கள். 'கூதளம்' என்பது வெண்ணிறக் கொடி மலர். நாகர்கோவிலில் இவை அதிகம் காணப்படுவதாக ஜெயமோகனின் கட்டுரை வழி அறிந்துகொண்டேன். கொக்கு, நாரை, குருகு போன்றவற்றின் வேறுபாட்டினை அறிய விரும்புவோர் 'சங்க இலக்கியத்தில் புள்ளின விளக்கம்' என்கிற நூலினை நாடலாம். வேட்கை முளைவிட்டு, காதல் நோய் மரமாகத் தொடங்குகிறது. நாணத்தைத் துறந்துவிட்டதால் அது பெருமரமாக வளர்ந்துவிட்டது. காதல் வருத்தம் மரத்தின் அடிப்பகுதி போல பருத்துக் கனக்கிறது. அந்த மரம் துளிர்த்துச் செறிந்து அலர் மலர்களைப் பெய்யத் தொடங்கிவிட்டது. ஆனாலும் தலைவன் வருவானில்லை. *(அக: 273)*

பேய் ஒரு கனவு கண்டால் அது எப்படி இருக்கும்? நம் கனவில் பேய் வருவது போல் பேய் கனவில் நாம் வருமோமா? 'நல்ல வேட்டை' போன்ற இனிய கனவா? அல்லது இரை தப்பிவிடும் அதிர்ஷ்டம் கெட்ட கனவா? ஒருவேளை பேயின் கனவில் அதை விடக் கொடிய பேய் வருமோ?

"பேய் கண்ட கனவின்" என்கிறாள் ஔவை. "பேய், தான் கண்ட கனவினைக் கூறாதது போன்று" என்று சொல்கிறது ந.மு. வேங்கடசாமி நாட்டார் உரை. பேய்க்கு என்ன அச்சம்? கடவுளையே எதிர்த்து நிற்கும் அவை யாருக்கு அஞ்ச வேண்டும்? "பேயைக் கண்ட கனவின்" என்று விரித்துப் பொருள் கொள்ளும் பிற்கால உரைகள் சரியான உரையாக இருக்கக்கூடும். பேயைக் கனவில் காண்பது என்பது ஒரு துர்நிமித்தமல்லவா? ஆகவே அது மறைக்கப்பட வேண்டியதுதானே? 'காம நோய் தாளாது தலைவி யின் உயிர் சீக்கிரமே பிரிந்துவிடும். அவ்வுடல் நமக்கு நல்ல உணவு என்று பேய் காணும் கனவு ...' இப்படியும் பொருள் கொள்ளலாம் என்கிறது புலியூர்க் கேசிகன் உரை. எனக்கு இது பிடித்துள்ளது. பேயிடம் பேச முடியாது, ஔவையிடமும் கேட்க முடியாது என்பதால் அவ்வரி வளர்ந்துகொண்டே இருக்கிறது. பேய்க் கனவின் நிமித்தங்களை விளக்கி உரைக்கும் சில கட்டுரைகளை இவ்வரிக்காக வாசிக்க நேர்ந்தது. அவை பேயே எழுதியவைபோல் இருந்தன.

> இடை பிறா் அறிதல் அஞ்சி மறைகரந்து
> பேய் கண்ட கனவிற் பல் மாண்
> நுண்ணிதின் இயைந்த காமம் ... (அக: 303)

பேயைக் கண்ட கனவை மறைப்பது போன்று பிறர் அறியா வண்ணம் மறைத்த காதல், கொல்லி மலையின் உச்சியிலிருந்து பெருகி வீழும் அருவியின் பேரோசைபோல் அலர் எழுந்து எல்லோருக்கும் தெரியும்படி ஆகிவிட்டது. ஆனால் தலைவனோ இன்னும் வரவில்லை. அலர் அருவி போல் கொட்டு கிறது ஆனாலும் அவன் வரவில்லை

'பாரியின் பறம்பில் காலையில் நெற்கதிர் கொண்டு வரப் போன குருவிகள் கூட்டம் பொழுதுபடத் திரும்பி வந்து விடுவதுபோல் தலைவனும் வந்துவிடுவான் என்று நம்பி ஏமாந்த என் மனமே' என்று வருந்துகிறாள்

தலைவி. மீனானது வற்றிய நீர்ப் பரப்பிலிருந்து வளமான பரப்பிற்கு இடம் பெயர்வதைப் போலத் தானும் தலைவனைத் தேடிச் செல்லத் துணிந்தேன் என்கிறாள்.

உரைசால் வண்புகழ் பாரி பறம்பின்
நிரைபறைக் குரீஇயினம் காலைப் போகி
முடங்கு புறச் செந்நெல் தரீஇயர் ஓராங்கு
இரைதேர் கொட்பின ஆகி
பொழுது படப் படர்கொள் மாலை படர் தந்தாங்கு
வருவர் என்று உணர்ந்த மடம்கெழு நெஞ்சம் . . .

இப்பாடலின் பழம் உரைகளில் ஒரு செய்தி சொல்லப்படுகிறது. பாரியின் பறம்புக் கோட்டையை மூவேந்தர் முற்றுகையிட்ட போது பாரியின் நண்பர் கபிலர் பயிற்றுவித்த கிளிக்கூட்டம் நெற்கதிர்களைக் கொத்தி வந்து தந்து பசி போக்கியதாம். இந்தப் பாடலில் ஒளிந்திருக்கும் இச்செய்தி இன்னொரு அகநானூற்றுப் பாடலில் வெளிப்படையாகவே பேசப்பட்டுள்ளது.

உலகுடன் திரிதரும் பலர்புகழ் நல்லிசை
வாய்மொழிக் கபிலன் சூழ, சேய் நின்று
செழுஞ் செய்ந் நெல்லின் விளைகதிர் கொண்டு . . .

(அக: 78)

குருவி கொணர்ந்த நெல்லையும் ஆம்பல் மலரையும் சேர்த்து உணவாக்கி வீரர்களின் பசியைப் போக்கியதின் மூலம் மூவேந்தர்களை எதிர்த்துப் போரிட உதவினார் கபிலர் என்கிறது இப்பாடல். ந.மு.வே. எழுதிய 'கபிலர்' என்கிற நூலிலும் இச்செய்தி குறிப்பிடப்பட்டுள்ளது. இதை வாசிக்க வாசிக்கவே கபிலர் என் கண் முன் தோன்றி, "தம்பி, மேஜிக்கல் ரியலிசமெல்லாம் உங்களுக்கு சப்ஜெக்டு; எங்களுக்கு சாப்பாடு" என்று பஞ்ச் வசனம் பேசியபடியே சூரத்தனமாக ஒரு சிரி சிரித்தார்.

ஔவையின் ஒரு நற்றிணைப் பாடலில் மழைப்பெருக்கின் காட்சி காட்டப்படுகிறது. அதன் வழி காமமும் அதை ஆற்ற இயலாத தனிமையும் புனையப்பட்டுள்ளன. தோழி தலைவியிடம் சொல்கிறாள். 'தலைவன் ஒரு நாள் பிரிந்தாலே நீ உயிர் வேறுபடுபவள். அவன் இப்போது நம்மைத் தனியே விட்டுவிட்டு நெடுங்காலம் வினைசெய்யப் போகப்போகிறானாம். அவனது இந்த அசட்டுத் தனத்தை நினைத்தால் உனக்கே சிரிப்பாய் இல்லை?'

பெரு நகை கேளாய், தோழி, காதலர்
ஒரு நாள் கழியினும் உயிர் வேறுபடும்
மொம்மல் ஓதி! நம் இவண் ஒழியச்
செல்ப என்ப தாமே; சென்று
தம் வினை முற்றி வரும் வரை, நம் மனை
வாழ்வதும் என்ப (நற்: 129)

(மொம்மல்ஓதி! – பொலிவுடைய கூந்தலை உடையவளே!)

காமத்துப்பாலில் ஒரு குறள் உண்டு.

செல்லாமை உண்டேல் எனக்குரை மற்று நின்
வல்வரவு வாழ்வோர்க்கு உரை.

அவளுக்கு ஒரே ஒரு சொல்தான் வேண்டும். அது "செல்லவில்லை" என்னும் சொல். வேறு பேச்சுவார்த்தைகள் எதற்கும் அவள் தயாரில்லை. நீ போவதைப் பார்க்கும் நான் வருவதைப் பார்க்க இருக்கப்போவதில்லை. எனவே அது குறித்தெல்லாம் என்னிடம் பிதற்றாதே.

கேழ் கிளர் உத்தி அரவுத் தலை பனிப்ப
படு மழை உருமின் உரற்று குரல்
நடுநாள் யாமத்தும் தமியம் கேட்டே

'படப்பொறி கொண்ட பாம்பின் தலை நடுங்கும்படி வலுத்துக் கொட்டும் மழையிரவில் அதிர்ந்து அதிர்ந்து இடிக்கும் இடியோசையைக் கேட்டபடியே நம்மைத் தனித்திருக்கச் சொல்கிறான் தலைவன்'

நகுலன் சொல்கிறார், நினைவுகள் 'ஊர்வன' என்று. ஆம், அது பளபளக்கும் நச்சரவம்.

நினைவு ஊர்ந்து செல்கிறது
பார்க்க பயமாக இருக்கிறது
பார்க்காமலும் இருக்க முடியவில்லை.

பிரிந்து போவோர் பெட்டி படுக்கையோடு நினைவுகளையும் வாரிச் சுருட்டி எடுத்துப் போய் விட்டால், கண்ணீர் இல்லை, கசப்பு இல்லை.

"தேரும் செல் புறம் மறையும்" (நற்: 187) என்கிறது ஒரு வரி. அவள் பார்க்கப் பார்க்கக் கண் மறைந்து போகிறான் தலைவன். "இன்நகை மேவி நாம் ஆடிய பொழில்" இனி வெறும் நினைவாகி ஊர்ந்து, ஊர்ந்து வருமே என்று அஞ்சுகிறாள் தலைவி.

"மெய்மலி காமம்" என்கிறாள் பாட்டி. மெய் முழுக்க விரவிக் கிடப்பதை எப்படித்தான் வெல்வது? அழகான சொற்கட்டு. 'தமிழினி' எழுத்தாளர்கள் முந்தும் முன் முந்தினால் தலைப்பிற்குத் தலை சொரியும் எழுத்தாளனுக்கு ஒரு கச்சிதமான தலைப்பு கிடைக்கும்.

தலைவியின் காதலை அன்னை அறிந்துவிடுகிறாள். வீட்டிற்குள் போட்டுப் பூட்டிவிடுகிறாள். தலைவி வருத்தம் தாளாது வள்ளிக் கிழங்கு வாடுவதுபோல் வாடிப்போனாள். இனியும் நீ மணம் முடிக்கக் காலம் தாழ்த்தினால் அவள் வீட்டிற்குள்ளேயே முதிர்ந்து சாக வேண்டியதுதான் என்று தோழி தலைவனை எச்சரிக்கிறாள். அவள் ஒரு உவமை சொல்கிறாள்...

> வேறு பல்நாட்டுக் கால்தர வந்த
> பலவினை நாவாய் தோன்றும் பெருந்துறை,
> கலிமடைக் கள்ளின் சாடி அன்ன... (நற்: 295)

'பல்வேறு நாடுகளிலிருந்து கடல் வணிகர்கள் வந்து குவியும் இடத்திலுள்ள கள்ளுக்கடையில் எவ்வளவு சீக்கிரம் கள் விற்றுவிடுமோ, எவ்வளவு ஊறுதியாகக் கள் தீர்ந்துவிடுமோ, அவ்வளவு சீக்கிரம், அவ்வளவு உறுதியாக இற்செறிக்கப்பட்டுள்ள தலைவியின் இளமை நலம் சிதைந்துவிடும்'

'கலிமடை' எனில் பெருங்கொண்டாட்டத்தோடு காய்ச்சப் பெற்ற கள். பரந்து விரிந்து கிடக்கும் பெருங்கடற்பரப்பும், அங்கு நெருக்கியடிக்கும் மக்கள் கூட்டமும் தெரிகின்றன இவ்வரியில். கலயங்கள் உரசும் சத்தமும் களிமகன்களின் வாய்க்குழறலும்கூடக் கேட்கிறது எனக்கு.

'காயா மலர்' கருநீல நிறம். சரக்கொன்றை பொன் நிறம். மலைவெளியில் மின்னற் கீற்று வெட்டிப் பாய்வதை "காயாங் குன்றத்துக் கொன்றைபோல" என்கிறாள். (நற்: 371)

தலைவன் மழைக்காலத்தில் வந்துவிடுவதாகச் சொல்லிப் பிரிந்திருக்கிறான். இதோ மழை பெய்யத் தொடங்கிவிட்டது. தலைவனைக் காணாது தலைவி அழத் தொடங்குகிறாள். அப்போது தூரத்திலிருந்து கேட்கும் கோவலர் குழலோசை அவள் காதலை மிகுவித்து, துயரத்தைக் கூட்டுகிறது.

அழல் தொடங்கினளே ஆயிழை அதனெதிர்
குழல் தொடங்கினரே கோவலர் . . .

ஒரு இசைக் கலைஞன் இந்த வரிகளைப் பார்த்த மாத்திரத்தில் பாட்டாக்கிவிடுவான்.

காட்டாற்றின் கரையில் வேர் பிடிப்பற்று நிற்கும் மரத்தின் தளிர்கள் எப்படி நொடிக்கு நொடி அஞ்சி நடுங்குமோ, அப்படி இந்தப் பிரிவுத் துயரால் நடுங்கிக் கொண்டிருக்கிறேன் என்கிறாள் ஒரு தலைவி.

கரைபொருது இழிதரும் கான்யாற்று இகுகரை
வேர்கிளர் மராஅத்து அம்தளிர் போல
நடுங்கல் ஆனா நெஞ்சமொடு இடும்பை
யாங்கனம் தாங்குவென் மற்றே? (நற்: 381)

ஔவை பாடியுள்ள நற்றிணையின் *390*ஆவது பாடல் எனக்குப் பொருள் கொள்ளச் சிரமமாக இருந்தது. அது காமக்கிழத்தி கூற்றென்றும், தலைவி கூற்றென்றும் சொல்லப்பட்டிருக்கிறது. அது தவிரவும் அப்பாடலை ஒட்டிய சில குழப்பங்களைத் தீர்த்துக் கொள்ளப் பழைய உரை, புதிய உரை என பலவற்றைப் புரட்டியும் தெளிவு கிடைக்கவில்லை. ஆயினும் அப்பாடல் நினைவில் இனிக்க அதன் முதல்வரியேகூட போதுமானதுதான். "வாளை வாளின் பிறழ" என்பது அவ்வரி. நீரில் துள்ளும் வாளையின் பளபளப்பை வாளிற்கு உவமை சொல்கிறாள் ஔவை.

வாளை வாளின் பிறழ, நாளும்
பொய்கை நீர்நாய் வைகுதுயில் ஏற்கும்
கை வண் கிள்ளி வெண்ணி . . .

கிள்ளி வளவனின் வெண்ணியில் உள்ள பொய்கை யில் வாளை மீன்கள் நிரம்பிப் புரள அதைப் பிடித்து உண்ணாது சோம்பி உறங்குகிறது நீர் நாய். அதுபோல விழாக் காலத்தில் புதிய பரத்தை ஒருத்தியிடமிருந்து தலைவனைக் காக்காமல் நான் இப்படி பொறுப்பின்றி வீட்டில் இருக்கிறேனே என்று பதறுகிறாள் ஒரு காமக்கிழத்தி.

பொதுவாகத் தலைவன்கள் சொன்ன சொல்லைக் காப்பதில்லை. அன்றும் இன்றும் அப்படித்தான். சமயங்களில் தலைவன் சொன்ன நாளில் திரும்பியும் விடுகிறான். பனிக்கடு நாளில் பிரிந்து சென்றவன்

மழைக்காலம் தொடங்கியதும் திரும்பி விடுகிறான். அதற்கு மகிழ்ந்து பாடுகிறாள் ஒரு தோழி. அவன் பிரிந்து சென்ற காட்டு வழியின் கடுமை சொல்ல, *‘பொற்கொல்லனின் தொழிலிடத்தில் இருந்து எழுகிற ஒலிபோலக் காய்ந்த ஞெமை மரத்தில் அமர்ந்து ஆந்தை அலறும் காடு’* என்கிறாள் *(நற்: 394)* பொற் கொல்லர் தொழிலில் எந்த இடத்தில் ஆந்தை அலறும் என்பது எனக்குத் தெரியவில்லை. ஊதுகுழலால் நெருப்பூதும்போதா அல்லது பொன்னைத் தட்டும் போதா?

இணையத் தொடர்பு பெருகிவிட்ட இன்றைய காலத்தில் சங்கப் பாடல்களுக்கு இணையத்திலும் நிறைய உரைகள் கிடைக்கின்றன. அதில் ஒரு உரை *“ஊரன்”* என்கிற சொல்லிற்கு *“ஊர் மேய்பவன்”* என்று அர்த்தம் சொல்கிறது.

ஒருவேளை இது ஒட்டுமொத்த சங்கத்தலைவன் களின் மீதான நுட்பமான விமர்சனமாக இருக்கக்கூடும்.

உன் ஆசைக்கு யாருமில்லை

தலைவி வீட்டைத் துறந்து தலைவனோடு சென்றுவிட்டாள். இந்தச் செய்தியைத் தோழி செவிலிக்குச் சொல்கிறாள். 'உன் மகள் அவள் விரும்பிய தலைவனோடு சென்றுவிட்டாள். அவர்கள் மணம் முடித்துக்கொண்டனர். அது உறுதியாகிவிட்டது. இனி அதை மாற்றவியலாது'.

பண்டைத் தமிழகத்தை மூவேந்தர் களைப் போன்றே அதியர், கொங்கர், தொண்டையர் போல வேறு சில மறக்குடி களும் ஆண்டுவந்தனர். அவைகளுள் ஒன்றான 'கோசர்' என்கிற மறக்குடி குறித்தும், அவர்களது மாறாத வாய்மை குறித்தும் இப்பாடலில் சொல்கிறாள் ஔவை.

நாலூர்க் கோசார் நன்மொழி போல
வாய் ஆகின்றே தோழி   (குறு; 15)

கோசர் சொன்ன சொல் எப்படிப் பிழையாதோ அதுபோல தலைவியின் உடன்போக்கும் உறுதியாகிவிட்டது என்கிறாள். இந்தக் கோசர்கள் ஆலமரத்தடியில் அவை நடத்தியது போலத் தெரிகிறது. "தொன் மூதாலத்து

பொதியில் தோன்றிய நாலூர்க்கோசர்" என்கிறது பாடல். எனில் அந்த ஆலமரத்துப் பஞ்சாயத்துக் காட்சிகள் இரண்டாயிரம் ஆண்டுகள் வரலாறு கொண்டவையா? பஞ்சாயத்திற்கென்றே வடிவமைக்கப்பட்ட அந்தப் பித்தளைச் செம்பிற்கு எத்தனை நூற்றாண்டு வயதாகிறது? அது எப்போது பஞ்சாயத்துள் புகுந்து அவ்வளவு கம்பீரமாக அமர்ந்து கொண்டது என்பது சரியாகத் தெரியவில்லை. இந்தப் பாடலின் உரையில் தலைவனுக்கு 'அன்பன்' என்கிற சொல்லைப் பயன்படுத்தியுள்ளார் உ.வே.சா. அழகிய காதல் சொல். ஏனோ இது காதலுள் அவ்வளவாகப் புழங்க வில்லை. "பக்தகோடி மெய் அன்பர்களே" என்று பக்திக்குள் புகுந்துவிட்டது. நானறிந்த வரையில் முன்பு சினிமாவில்" அன்பரே!, அன்பரே!..." என்று விளிக்கிற நகைச்சுவை காட்சியாக வந்தது. சமீபத்தில்தான் ஒரு உருக்கமான பாட்டாகியிருக்கிறது.

தலைவி மெலிந்துகொண்டே போகிறாள். விட்டால் காணாமல் போய் விடுவாள்போல. இதைக் கண்டு வருந்திய அன்னை அவள் மெலிவு நோய்க்குக் காரணம் அறிய கட்டுவிச்சியை அழைத்துக் குறி கேட்கிறாள். அப்போது தோழி அந்த நோய் எப்படி வந்தது என்றும், என்ன செய்தால் ஒழியும் என்றும் சொல்கிறாள். குறிப்பமைதியின் ஆழத்தால் சிறக்கும் பாடல் இது.

> அகவன் மகளே! அகவன் மகளே!
> மனவுக்கோப்பு அன்ன நன்னெடுங் கூந்தல்
> அகவன் மகளே! பாடுக பாட்டே!
> இன்னும் பாடுக பாட்டே! அவர்
> நன்னெடுங் குன்றம் பாடிய பாட்டே! (குறு; 23)

குறத்தி தலைவனின் மலையிலிருந்து வருகிறாள். அவள் குறி சொல்லும்போது தன் மலைவளம் சொல்லித் தொடங்குதல் மரபு. அது மட்டும் போதும் என்கிறாள் தோழி. அந்தக் குன்றத்தைப் போற்றிப் பாடினாயே அதை மட்டும் மீண்டும் மீண்டும் பாடு! அதுவே போதும். அந்தச் சொற்கள்தான் தலைவியின் நோய்க்கு மருந்து. அந்த மலைதான் அவளுக்குத் தெய்வம். அதுவன்றி நீ பாடி அழைத்துவரும் வேறு தெய்வங்களால் பலனேதுமில்லை என்கிறாள் தோழி. "அவர் நன்னெடுங்குன்றம்" என்கிற ஒற்றை வரியில் தலைவி கடுமையாகக் காதல் வயப்பட்டிருப்பதை

அன்னைக்குச் சொல்லிவிடுகிறாள் தோழி. 'அகவல்' என்றால் அழைத்தல். தெய்வங்களை அழைத்துக் குறி சொல்பவள் 'அகவன் மகள்'.

காதலுக்கு ஆயிரமாயிரம் ரூபங்கள். காதல் எங்கும் நிறைந்து விடுகிறது. காதலர் எங்கெங்கும் தெரியத் தொடங்கிவிடுகிறார்கள். தலைவியால் பூனைக்குட்டியைத் தலைவனாக்கிவிட முடிகிறது. காதல் வாழ்கையில் காதல் அல்லாதது என்று ஒன்றுமில்லை. தீக்குள் விரலை வைத்தாலும் காதலைத் தீண்டும் இன்பம்.

ஓங்கிக் கத்தும் ஔவையின் பாடலொன்று பிரபலமானது. அலறல் சத்தம் சத்தமாகவே எழுதப் பட்டுள்ள பாடல் இது. தலைவியைக் காதல் நோய் வருத்தியெடுக்கிறது. இளங்காற்றின் இனிமை அவள் தனிமையை மேலும் பெருக்குகிறது. இந்த ஊரோ இது எதுவும் அறியாது உறக்கத்தில் ஆழ்ந்துள்ளது.

"முட்டுவேன் கொல்? தாக்குவேன் கொல்?
ஓரேன் யானும் ஓர் பெற்றி மேலிட்டு
'ஆஅ! ஒல்! எனக் கூவுவேன் கொல்?
அலமரல் அசைவளி அலைப்ப என்
உயவுநோய் அறியாது துஞ்சும் ஊர்க்கே." (குறு; 28)

இந்த ஊரை நான் முட்டி முட்டி எழுப்புவேனா? தாக்கி வருத்துவேனா? தனிமைத் துயர் பொறுக்க மாட்டாது ஆ, ஓ என்று வெறிகொண்டு கத்துவேனா? என்னதான் செய்வேன் நான்?

பகலில் சத்தங்களாவது துணையாக உள்ளன. இரவில் அவையும் அடங்கி முழுத்தனிமை மூண்டெழு கிறது. நமது சங்கப் பாடல்களில் மாலை வருவது பேய் வருவதுபோல அஞ்சப்பட்டுள்ளது. தலைவனின் நினைவு இரவு முழுக்கச் சட சடத்து எரிகிறது. அந்தத் தீக்குள்ளிருந்துதான் ஔவையின் தலைவி அப்படிக் கத்துகிறாள்.

நம் ஆசைகளையெல்லாம் யாரோ ஒருவர், குரங்கு தன் குட்டியை ஏந்துவதுபோல ஏந்தியணைத்து ஏற்றுக்கொண்டால் எப்படி இருக்கும்? நன்றாகத்தான் இருக்கும். ஆனால் துரதிர்ஷ்டவசமாக அப்படியான குரங்குகள் ஏதும் நமது வழியில் தென்படுவதில்லை. மீறிவரும் ஒன்றிரண்டும் நமது வாழைப் பழத்தையும்

வழிப்பறிசெய்ய வருபவை. சமயங்களில் குரங்கு நம் ஆசையை உச்சிமலைக்குத் தூக்கிக்கொண்டு போய் அங்கிருந்து விசிறி விடுகிறது. தலைகீழாக மொட்டைப் பாறையை நோக்கிப் பாய்ந்து வரும் அதை நாம் பார்த்துக்கொண்டு நிற்கிறோம்.

தலைவன் தலைவியை இரவில் சந்தித்து இன்பமுற விரும்புகிறான். தோழியோ அதை மறுத்துத் திருமணத்திற்கு வற்புறுத்துகிறாள். தலைவனின் நெஞ்சமோ ஆசையை விடவில்லை. அந்த அலைக்கழியும் நெஞ்சத்தை நோக்கித் தலைவன் பாடுகிறான். குட்டிக் குரங்கிற்கு அதன் அன்னை உண்டு. உன் ஆசைக்கோ யாருமில்லை.

......
உள்ளம் தாங்கா வெள்ளம் நீந்தி
அரிது அவாவுற்றனை நெஞ்சே! நன்றும்
பெரிதால் அம்ம நின் பூசல், உயர்கோட்டு
மகவுடை மந்தி போல
அகன்உறத் தழீஇக்
கேட்குநர்ப் பெறினே (குறு; 29)

'அரிது அவாவுற' வில்லையெனில் அது நெஞ்சமே இல்லை பாட்டி.

"முலையிடை முனிநர்" என்கிற சொற்கட்டு ஒன்று ஔவையிடம் உண்டு. அதாவது "முலையிடைத் துயில்வதை வெறுப்பவர்". உண்மையில் தமிழ் ஆண்களில் ஒருவனும் அப்படியில்லை. பலரின் உச்சபட்ச லட்சியமே அதுதான். தமிழிலக்கியம் ஆண்டாண்டுக் காலமாக முலையை உருகி உருகிப் போற்றியுள்ளது. பக்தி இலக்கியமும்கூட அம்மையின் முலைச் சிறப்பு பாடியே துதிக்கின்றது. நமது திரைநாயகியர் பானம் தயாரிப்பதே அதைப் பரிமாறும்போது முந்தானையைத் தவறவிடத்தான் என்கிற காலம் ஒன்று இருந்தது. அந்தச் சதைக்கோளத்தின்மீது அவ்வளவு கற்பனைகள், அவ்வளவு பரவசங்கள், அவ்வளவு புதிர்கள் என பிரம்மாண்டமான இன்பக் கோட்டையைக் கட்டி வைத்துள்ளான் தமிழன். முலை குறித்த அறிவியல் உண்மை ஏதும் உங்களுக்குத் தெரியுமெனில் அந்த உண்மையை உங்களிடமே பத்திரமாக வைத்துக் கொள்ளுங்கள். பாவம், மூவாயிரமாண்டுக் கனவை உங்கள் உண்மையை வீசி உடைத்துவிடாதீர்கள்!

> வெந்திறல் கடுவளி பொங்கர்ப் போந்தென
> நெற்றுவிளை உழிஞ்சில் வற்றல் ஆர்க்கும்
> மலையுடை அருஞ்சுரம் என்ப நம்
> முலையிடை முனிநர் சென்ற ஆறே (குறு; 39)

தலைவன் பிரிந்து போயிருக்கிற பாலை வழி குறித்துத் தலைவியின் கூற்று இப்பாடல். வெம்மையான கடும் காற்று மரக்கிளைகளினூடே வீசுகையில் வாகை மரத்தின் உலர்ந்து வற்றிய காய்களிலிருந்து ஒரு வித பீதியூட்டும் ஒலி எழும். என் முலையிடை துயில்வதை விடுத்து அத்தகைய கொடிய பாலை வழி சென்றிருக்கும் தலைவனை எண்ணி எவ்வாறு வருந்தாமல் இருப்பது என்று கேட்கிறாள் தலைவி.

வாகை மரம் இப்படிக் காற்றில் விடாது பேசிக் கொண்டிருப்பதால் அதற்கு 'பெண்களின் நாக்கு' என்று இன்னொரு பெயரும் உண்டாம். தாவரவியல் ஆய்வாளர் லோகமா தேவி இதைத் தெரிவித்தார். யாரோ சொல்லியிருக்கிறார்கள். அறிஞர் சொல்கிறார். நான் ஒன்றும் சொல்லவில்லை.

தலைவனாவது நம்மைப் பிரிந்து செல்வதாவது என்று நான் கொஞ்சம் அலட்சியமாக இருந்துவிட்டேன். சொன்னால் தாங்க மாட்டாள் என்று அவனும் சொல்லாமலேயே சென்றுவிட்டான். இப்போது நல்ல பாம்பு கடித்ததுபோல என் நெஞ்சம் கலங்கித் துடிக்கிறது என்கிறாள் இன்னொரு தலைவி. *(குறு; 43)*

பரத்தையர் கூற்றாக ஒரு பாடல்...

'ஆற்றில் புதுவெள்ளம் பெருகி வருகிறது. நானும் தலைவனும் அதில் குடைந்து விளையாடப் போகிறோம். இது கண்டு தலைவி அஞ்சுவாளாயின், தனது எதிரிகளை வென்று, அவர்கள் கவர்ந்து செல்ல நினைத்த ஆநிரைகளை மீட்டுவந்த அதியமானைப் போல, அவளும் அவளது சுற்றத்தோடு வந்து தலைவனின் மார்பை மீட்டுச் செல்லட்டும்'

> ...... அஃது
> அஞ்சுவது உடையளாயின் வெம்போர்
> நுகப்படக் கடக்கும் பல்வேல் எழினி
> முனை ஆன் பெருநிரை போலக்
> கிளையொடும் காக்க தன் கொழுநன்
> மார்பே (குறு; 80)

களிநெல்லிக்கனி

பரத்தைக்கு அவ்வளவு உறுதி! அவள் தலைவனை இன்பத்தில் இழுத்துக் கட்டியிருக்கிறாள். காமத்தின் முன் கண்ணீர், கலகம், உண்மை, நீதி என யாவும் முனை மழுங்கிய ஆயுதங்கள்தான்.

பரத்தையிடம் போன ஒருவன் திரும்ப வந்து வீட்டு வாசலில் நிற்கிறான். தலைவி ஊடலில் இருக்கிறாள். ஆனால் அவள் நெஞ்சமோ இயல்பாகத் தலைவனை அணையவே விரும்புகிறது. அந்த நெஞ்சத்தைக் கடிந்து சொல்கிறாள். 'என் பேச்சைக் கேளாது அவனை உன்னுள் அனுமதித்தால் உன் துயரம் பெருகிக் கொண்டே போகும், உன் உறக்கம் குறைந்துகொண்டே போகும்'

> பலவாகுக நின் நெஞ்சில் படரே . . .
> சிலவாகுக நீ துஞ்சும் நாளே!

அதியன் படை எடுத்துச் சென்றிருக்கும் போர்முனைக்கு அருகில் உள்ள ஊர்கள் இரவெல்லாம் அச்சத்தில் எப்படி உறக்கமின்றித் தவிக்குமோ அப்படி உன் உறக்கமும் குறைந்து போகும் என்கிறாள். (குறு: 91)

காதலனை ஊட வேண்டிய தருணத்திலும் ஊட விடாத காமத்தைப் பேசும் கவிதைகளைக் கொண்ட அதிகாரத்திற்கு அய்யன் 'நிறை அழிதல்' என்று பெயர் சூட்டியிருக்கிறார். அதாவது உள்ளத்தின் உறுதி அறுதல்.

> செற்றார்பின் செல்லா பெருந்தகைமை காமநோய்
> உற்றார் அறிவதொன்று அன்று

தன்னை யார் வெறுக்கிறார்களோ அவர்கள் பின்னால் போக மாட்டாதது உலக மாந்தர்களின் இயல்பு. ஆனால் காதலில் இருக்கும் உயிருக்கு அந்தச் செருக்கிற்கு வாய்ப்பே இல்லை. அது கல் கொண்டு எறிந்தோர் காலடியில் பதுங்கும் ஒரு நாய்க்குட்டி. நீ நாணம் என்கிற தாழ்ப்பாளைப் போட்டுக் கொண்டு வீட்டுக்குள் ஒளிந்திருந்தாலும் காமம் என்கிற கோடரி உடைத்து உள் புகுந்துவிடும் என்று அச்சுறுத்துகிறார் அய்யன்.

"என்னை நினைத்துக்கொண்டாயா?" என்று கேட்காத காதலர் இல்லை. உண்மையில் வெடிமருந்து நிரப்பப்பட்ட கேள்வி இது. "இல்லை" என்றால்

கட்டாயம் குண்டு வெடிக்கும். "ஆம்" என்றால் பொய்" என்று குண்டு வெடிக்கும். காதல், ஏக்கம், பிரிவாற்றாமை, சந்தேகம், எரிச்சல் என்று வெவ்வேறு உணர்வு களின் கலவையான கேள்வி இது. அன்பு செய்யக் கேட்கப்படுகிறதா, வம்பு தொடக்கக் கேட்கப்படு கிறதா என்று கண்டறிவது சுலபமல்ல. ஔவையின் பாடலொன்றிலும் இந்தக் கேள்வி கேட்கப்படுகிறது. அதற்குத் தலைவன் சொல்கிறான்..

......
நீடிய மரத்த கோடுதோய் மலிர்நிறை
இறைத்து உணச்சென்று அற்றாஅங்கு
அனைப்பெருங்காமம் ஈண்டு கடைக் கொளவே

உயரமான மரக்கிளைகளைத் தொட்டுக்கொண்டு ஓடும்படி பெருக்கெடுத்துப் பாயும் வெள்ளம், பின்பு இறைத்து உண்ணும்படியாக மிகக் குறைந்து, இறுதியில் இல்லாமல் ஆவது போல, பிரிவுப்பொழுதில் என்னுள் பெருக்கெடுக்கும் காமம் முழுவதும், தலைவியைக் காணும் பொழுதில் அவளைக் கூடிக் கூடிக் குறைந்து தீர்ந்துவிடும். *(குறு: 99)*

நல்ல பதில்தான். பதில் சொல்லியாயிற்று. காமம் முழுவதும் வடியும்படியான நீடித்த கூடலுக்கு விண்ணப்பமும் போட்டாயிற்று.

"உள்ளின் உள்ளம் வேமே" என்கிறாள் இன்னொரு தலைவி. "இந்த நெடிய பிரிவை நினைத்துப் பார்த்தால் நினைத்த நெஞ்சம் வெந்துவிடும். நினையாது கடந்துவிடலாம் என்றால் அவ்வளவு எளிய துயரமா இது?" *(குறு; 102)*

மழையிடம் இறைஞ்சுவதுபோலத் தன் பிரிவுத் துயரைச் சொல்லி தலைவனைத் திருமணத்திற்கு வற்புறுத்துகிறாள் ஒருத்தி. பாடல் முழுக்கவே மழையிடம்தான் பேசுகிறாள் தலைவி. ஆனால் வலிப்பதோ தலைவனுக்கு

... மா மழை!
ஆர் அளி இலையோ நீயே? பேர் இசை
இமயமும் துளக்கும் பண்பினை;
துணையிலர், அளியர், பெண்டிர் இஃது எவனோ?

(குறு; 158)

"பெரிய மலையையே அரித்து உடைத்துவிடும் மாமழையே! உனக்கு இந்த எளிய பெண்ணுயிர் எம்மாத்திரம்!"

தலைவன் பிரிந்து செல்லும் வழியில் காணும் காட்சிகள் அவன் காதல் மனத்தை வருத்துவதுண்டு. அப்படி ஒரு காட்சியைக் கண்டு தலைவன் திரும்பி வந்துவிட மாட்டானா என்று ஏங்குகிறாள் தலைவி.

... தம் போல்
சிறுதலைப் பிணையின் தீர்ந்த நெறிகோட்டு
இரலை மானையும் காண்பர்கொல், நமரே?

(குறு; 183)

சிறிய தலையையுடைய பெண் மானைத் தவிக்க விட்டுவிட்டுத் தனியே திரியும் ஆண் மானை அங்கு காண முடியுமா? அவை இணைந்து குலாவி இன்பம் சேர்த்தபடி நிற்கும். அதைக் காணும் தலைவன் நம்மிடம் திரும்பி வந்துவிட மாட்டானா?

இப்பாடலில் காயா மலர்கள் செழித்த மரக்கிளையை மயிலின் கழுத்திற்கு உவமை சொல்கிறாள்.

புல்லென் காயா பூக்கெழு பெருஞ்சினை
மென்மயில் எருத்தில் தோன்றும்
கான வைப்பிற் புன்புலத் தானே

இதே பாட்டில் பசலைக்குக் கொன்றைப்பூ உவமை சொல்லப்பட்டுள்ளது.

... கொன்றையம் பசுவீ
நம்போல் பசக்கும் காலை

இந்தப் பசலையை ஏட்டில் நிறைய படித்து விட்டேன். நாட்டில் எங்கேனும் கிட்டும் பார்த்து விடலாம் என்று பார்க்கிறேன். முடியவில்லை. சரி... நமக்கு வாய்த்தது கொன்றைதான் போல.

தலைவன், தான் கார்காலத்தில் கட்டாயம் திரும்பி வந்துவிடுகிறேன் என்று வாக்களித்துச் சென்றிருக்கிறான். மழை வந்துவிட்டது. ஆனால் அவன் வரவில்லை. அதைக் கண்டு வருந்தும் தலைவியை "இது கார்காலமல்ல. இது பருவம் தப்பிப் பொழியும் மழை. ஆகவே நீ வருந்தாதே. தலைவன் சொன்னபடி திரும்பிவிடுவான்" என்று தோழி ஆற்றுப்படுத்துவது

வழக்கம். ஆனால் இந்தக் குறுந்தொகைப் பாடலில் தலைவியை அப்படி ஏமாற்ற இயலவில்லை. பருவம் தப்பிப் பொழியும் மழை "வம்ப மாரி" எனப்படும். தலைவி இப்பாடலில் இது "காலமாரி" என்று சரியாகக் கணித்துவிடுகிறாள்.

பெய்த குன்றத்துப் பூநாறு தண்கலுழ்
மீமிசைத் தாஅய வீஇ சுமந்துவந்து
இழிதரும் புனலும் வாரார் தோழி
மறந்தோர் மன்ற; மறவாம் நாமே ... (குறு: 200)

"மலையில் பெய்த மாமழையின் கலங்கல் வெள்ளம் அங்கு சிதறிக்கிடக்கும் மலர்களையெல்லாம் அடித்துக்கொண்டு அருவியாய்ப் பொழிகிற கார்காலம், இதோ ... வந்துவிட்டது. ஆனால் தலைவன் இன்னும் வரவில்லை. அவர் நம்மை மறந்துதான் விட்டார், ஆனால் நாம் அப்படியில்லை"

ஒரு பாடலில் இரண்டு பரத்தையர்களுக்கிடையே சச்சரவு வருகிறது. நீ தலைவனை மயக்கி உன் வலையில் விழ வைத்துள்ளாய் என்று குற்றம் சொல்கிறாள் ஒருத்தி. அவனே வலிய வந்து என்னை விரும்பினான். வருகிற விழாக்காலத்தில் துணங்கைக் கூத்தின் போது அவன் என்னோடு தலைக்கை தந்து ஆடுவதை எல்லோரும் பார்ப்பீர்கள். அப்போது நீயே அதனை அறிந்துகொள்வாய் என்கிறாள் மற்றொருத்தி. (குறு: 364)

தலைவி தலைவனோடு உடன்போக்குச் செல்ல முடிவெடுத்துவிட்டாள். ஆனால் தலைவன் அந்தக் கொடிய பாலை வழியில் அவளை அழைத்துச் செல்ல விரும்பவில்லை. அதை அறிந்த தோழி உன்னோடு இருந்தால் காடும் இனியதே என்று சொல்லி வற்புறுத்துகிறாள். (குறு: 388)

நீர்கால் யாத்த நிரைஇதழ்க் குவளை
கோடை ஒற்றினும் வாடாதாகும் ......
கானமும் இனியவாம் நும்மொடு வரினே

நீரைத் தன்னடியில் தேக்கிவைத்திருக்கும் குவளை மலர் கோடைக் காற்றுக்கும் வாடாமல் இருப்பதைப் போல, தலைவி உன்னோடு இருந்தால் எவ்வளவு இடர் நேரினும் இன்பமாகவே இருப்பாள்.

அனிச்சமும் அன்னத்தின் தூவியும் மாதர்
அடிக்கு நெருஞ்சிப் பழம்.

என்பான் அய்யன். அனிச்ச மலரும் அன்னத்தின் இறகும் கூட நெருஞ்சி முள்ளாய் வருத்தும்படி அவ்வளவு மெல்லிய பாதங்களை உடையவளாம் தலைவி. அந்தப் பாதங்களை எடுத்து நிஜமான நெருஞ்சியின் மீது வைத்துக் காட்டுக்குள் நடக்கிறாள் அவள்.

காதலர் கைபிடித்து நடக்கும் காதல் இருவரையும் மாறிமாறிக் கண்டு அழுகிறது, சிரிக்கிறது.

சங்கத்துப் புறப்பாடல்கள்

தொழுது, ஆற்றா தியாகம்

ஔவையின் புறப்பாடல்களில் அதிகம் பாடப்பட்டவன் அதியமானே. சில பாடல்களில் அவன் மகன் பொகுட்டெழினி பாடப்பட்டுள்ளான். ஒரு பாடலில் நாஞ்சில் வள்ளுவனும் ஒரு பாடலில் மூவேந்தரும் போற்றபட்டுள்ளனர். சில பாடல்கள் பொதுவான புறப்பாக்கள்.

ஔவை – அதியமான் – நெல்லிக்கனி என்கிற மறக்க இயலாத கதையை நாம் பள்ளிப் பாடத்தில் படித்திருக்கிறோம். அதன் உணர்வுப் பெருக்கால் அந்நாடகம் நம் நெஞ்சிலே நிலைத்துவிட்டது. நாம் தியாகம் செய்யத் தயாரில்லை. ஆயினும் தியாகம் நம் நெஞ்சை விட்டு நீங்குவது மில்லை. ஒரு தமிழ் மாணவனுக்கு நெல்லி என்பது வெறுமனே விட்டமின்-சி அல்ல. அதனுள் இரண்டாயிர வருடத்திய தமிழும் கவிதையும் அலை புரள்கின்றன. நெல்லியைத் தொடுவது ஔவையைத் தொடுவதுமாம்.

"கரபுரநாதர் புராணம்" என்கிற நூலில் நெல்லிக்கனி இளமையைக் காக்கும் கதை சொல்லப்பட்டுள்ளதாகத் தெரிகிறது. மூலிகைக் காடான சஞ்சீவி மலைக்கு அந்தணன் ஒருவன் வருகிறான்.

கூடவே அவரது வயது முதிர்ந்த சீடனும். அந்தணன் மூலிகைகளைத் தேடிச் சென்றபோது சீடன் உணவு தயாரிக்கிறான். சோற்றைக் கிளற அவன் ஒரு கருநெல்லிக்குச்சியைப் பயன்படுத்த, சோறு முழுவதும் கருத்துவிடுகிறது. இதனால் அஞ்சிய சீடன் முழுச் சோற்றையும் தானே தின்றுவிடுகிறான். உடனே அவன் முதுமை நீங்கி இளமை அடைகிறான். இதை அறிந்த அந்தணனும் சீடன் உண்ட உணவை வாந்தி எடுக்கச் சொல்லி அதைத் தானும் உண்டு இளமை அடைந்தான் என்கிறது புராணம். இப்புராணம் அதியனும் ஔவையும் உடன் பிறந்தவர்கள் என்கிறது. அதியன் ஔவைக்கு நெல்லிக்கனியைத் தர, இறை அமுதே அமுதென்று சொல்லி அதை உண்ண மறுத்துக் கரபுரநாதரை நோக்கி நடந்தார் என்கிறது இந்நூல்.

ஔவையைச் சுற்றி ஆயிரம் கதைகள். அதிலொரு கதை மேலே சொன்னது. அதியனைப் போற்றியே அநேகப் பாடல்களைப் பாடியிருப்பதால் ஔவை அதியனின் அவைப் புலவர் என்று சொல்லப்படுகிறது. ஆனால் ஒரு பாடலில் பரிசில் தராத அதியனிடம் கோபித்துக்கொண்டு "எத்திசைச் செலினும் அத்திசைச் சோறே என்று கிளம்பிவிடுகிறாள். பாணர் சேரியில் வளர்ந்தவள். விறலி மரபினள். விநாயகக் கடவுளை வேண்டி இளமையிலேயே முதுமை பெற்றவள். முருகப் பெருமான் விளையாடிய பாட்டி. நிலவில் அமர்ந்து இன்றும் வடை சுட்டுக் கொண்டிருக்கும் கிழவி. இப்படி ஔவை ஒரு ருசிகரக் குழப்பம். ஆனால் புறநானூற்றில் அதியன் ஔவைக்கு நெல்லிக்கனி வழங்கியது பாடப்பட்டுள்ளது. சிறுபாணாற்றுப்படை யிலும் இந்நிகழ்வு குறிப்பிடப்படுகிறது.

புறநானூற்றில் 91ஆவது பாடல்,

சிறியிலை நெல்லித் தீங்கனி குறியாது,
ஆதல் நின் அகத்து அடக்கி
சாதல் நீங்க, எமக்கு ஈத்தனையே!

'அந்த நெல்லிக்கனி அடைய அரியது. ஆகவே நாமே உண்போம் என்று கருதாமலும், அதன் அளப்பரிய பயனை என்னிடம் சொல்லாமல் உன் மனத்துள்ளே அடக்கிக்கொண்டும், என் ஆயுளை நீட்டிக்க அளித்தாயே!'

இப்பாடலில் அதியமான் சிவபெருமானுக்கு உவமை சொல்லப்படுகிறான்.

பால்புரை பிறை நுதற் பொலிந்த சென்னி
நீலமணி மிடற்று ஒருவன் போல
மன்னுக பெரும!

நமது பக்தி இலக்கியங்களில் 'பிறை சூடிய சென்னி' விதவிதமாக வர்ணிக்கப்பட்டிருக்கிறது. நான் வாசித்தவரை ஒவ்வொரு முறையும் அது அழகாகவே வெளிப்பட்டுள்ளது. "கோணற் பிறையன்" என்கிற விளிப்புகூடக் கோணலாக இருந்தாலும் அழகுதான்.

"*ஆர்கலி நறவு*" என்கிறாள் ஔவை. ஆர்ப்பாட்டம் மிக்க மது என்று அறிஞர்கள் பொருள் சொல்கிறார்கள். ஆர்கலி நறவை உடையவன் அதியன். அதியனின் ஆர்ப்பாட்டம் அடங்கிவிட்டது. நறவோ இதோ இந்த நொடிவரை ஆடிக்கொண்டிருக்கிறது. ஏழ் கடலைப் புகுத்திச் செய்த புட்டி அது. இப்பரந்த உலகில் மது காணாத இருளில்லை. அது காணாத ஒளியுமில்லை. சேட்டை செய்யும் குடிமகன் ஒருவனைக் "களி மகன்" என்று விளிக்கிறது மணிமேகலை. அதாவது களிப்பு முற்றியவன். தூய களிப்பில் சிக்கலொன்றுமில்லை. சமயங்களில் களிப்போடு சேர்ந்து யாவும் முற்றி விடுகிறது. அங்குதான் தொடங்குகிறது சிக்கல்.

ஒரு நாளைக்கு எட்டுத் தேர்கள் செய்யும் தச்சன், ஒரு மாதம் சிரத்தை எடுத்து, பொறுமை கூட்டி, ஆய்ந்து, ஆய்ந்து ஒரே ஒரு தேர்க்கால் செய்தானென்றால் அது எவ்வளவு வலிமை கொண்டதாய் இருக்கும். அந்தத் தேர்காலிற்கு ஒப்பானவன் அதியன் என்கிறாள் ஔவை.

... வைகல்
எண் தேர் செய்யும் தச்சன்
திங்கள் வலித்த கால் அன்னோனே ... (புறம்: 87)

அதியன் யார் எனச் சொல்லிப் பகை மன்னர்களை எச்சரிக்கிறாள்

பொதுவில் தூங்கும் விசியுறு தண்ணுமை
வளி பொரு தெண் கண் கேட்பின்
'அது போர்' என்னும் என்னையும் உளனே (புறம்: 89)

(என்னை—என் ஐ—எம் தலைவன்)

பொது மன்றத்தில் இழுத்துக் கட்டப்பட்டுள்ள முழவில், காற்று மோதி ஓசை எழுப்ப, அந்த ஓசையைப் போர் முரசம் என்று எண்ணி மகிழ்பவனாம்.

இந்தப் பாடல் விறலியின் கூற்றாக அமைந்த ஒரு பாடல். இதனைக் கருதி ஔவை விறலியர் மரபில் வந்தவர் என்று முடிவு செய்துவிடக் கூடாதென்றும், இப்படிப் பாடுதல் கவிமதமென்றும் சொல்கிறார் உ.வே.சா.

ஒரு பாடலில் காந்தள் மலரை உடைந்த வளையலுக்கு உவமை சொல்கிறாள்.

உடை வளை கடுப்ப மலர்ந்த காந்தள்   (புறம்: 90)

உடைந்த வளையலான காந்தள் மலரைத் தேடிப் போய்ப் பாருங்கள். கூகுளிலாவது தேடிக் காணுங்கள்.

நீ போர்க்களம் புகுந்தால் உன்னை எதிர்க்கவும் ஆளுண்டோ என்று கேட்கிறாள்..

மறப்புலி உடலின் மான்கணம் உளவோ?
மருளின விசும்பின் மாதிரத்து ஈண்டிய
இருளும் உண்டோ, ஞாயிறு சினவின்? (புறம்: 90)

பாரதியின் வசன கவிதை ஒன்று இப்படித் துவங்குகிறது ...

ஞாயிறே, இருளை என்ன செய்து விட்டாய்?

ஓட்டினாயா? கொன்றாயா? விழுங்கி விட்டாயா?...

ஔவை, அதியனின் உடன் பிறந்தவளா? நிறையப் பாடல்கள் அவன் மேல் பாடியிருப்பதால் அவன் அவைப் புலவரா? பெறுதற்கரிய நெல்லிக்கனியைத் தான் உண்ணாது ஔவைக்கு அளிக்கும் அளவு மதிப்பு மிகு உறவா அது? கூடி இருந்து கள்ளருந்தும் குடித் தோழமையா இருவருக்கும்? இக்கேள்வி களுக்கு ஔவை ஒரு பதில் சொல்கிறாள் ...

யாழொடும் கொள்ளா; பொழுதொடும் புணரா;
பொருள் அறிவாரா; ஆயினும் தந்தையர்க்கு
அருள் வந்தனவால் புதல்வர் தம் மழலை;
என் வாய்ச்சொல்லும் அன்ன – ஒன்னார்
கடி மதில் அரண் பல கடந்த
நெடுமான் அஞ்சி! நீ அருளல் மாறே.   (புறம்: 92)

யாழ் போல் இனியது அல்ல; சரியான காலத்தில் ஒலிப்பதும் அல்ல; பொருள்கூட இல்லாத ஒன்று; ஆயினும் தன் மழலையின் மொழிமீது தந்தையின் வாஞ்சை குறைந்துவிடுமா என்ன? அது போலத்தான் நீயும் என் சொற்களை அரவணைத்து அன்பு செய்கிறாய்.

போரில் விழுப்புண் பெறாமல் மடிந்தவர்களை வாளால் கீறி அடக்கம் செய்யும் மரபு குறித்து ஒளவையும் ஒரு பாடலில் சொல்கிறாள். அதியன் போர்க்களத்தில் மதம்கொண்ட யானைகளை வென்று விழுப்புண் பெற்றான். எதிரிகளோ அவனொடு நேர் நிக்க முடியாமல் பின் வாங்கி ஓடினர். ஆகவே பெருமை இழந்து, நோயில் விழுந்து மடிந்தனர். அவர்களை அந்தணர்கள் பசும் புல்லைப் பரப்பி அதில் கிடத்தினர். “போரில் வீழ்ந்த வீர மறவர்கள் சென்ற வழியே நீங்களும் செல்லுங்கள்” என்று சொல்லி வாளால் மார்ப்பைக் கீறி அடக்கம் செய்தனர்.

மறம் கந்தாக நல் அமர் வீழ்ந்த
நீள்கழல் மறவர் செல்வுழிச் செல்க! என
வாள் போழ்ந்து அடக்கலும் உய்ந்தனர் மாதோ...

(புறம்: 93)

அதியன் யாருக்கு இனியன், யாருக்கு இன்னாதவன்? அவன் யாருக்கு எளியன்? யாருக்கு எமன்?

‘ஊர்ச் சிறுவர்கள் தன் தந்தங்களைக் கழுவிவிடும்படிக்கு, நீர்த் துறையில் சாந்தமாக இளைப்பாறிக்கொண்டிருக்கும் பெருங்களிறு போல் எளியவன் எமக்கு; பகைவர்க்கோ கொல் கொடுங்களிறு.’

ஊர்க் குறுமாக்கள் வெண்கோடு கழா அலின்
நீர்த்துறை படியும் பெருங்களிறு போல இனியை,
பெரும! எமக்கே . . . (புறம்: 94)

பிரமாதமான உவமையல்லவா? பெருங்களிறு . . ! பேருரு . . ! ஆனால் சிறுவர்களின் விளையாட்டுப் பொருள் போல் எனக்கு அவ்வளவு எளியது. துடியான சிறுவனொருவன் களிறின் கழுத்து மீதமர்ந்து கழுவிக்கொண்டிருக்கும் காட்சியொன்று என் கண்களில் விரிகிறது.

வஞ்சப் புகழ்ச்சியில் ஒரு சுவாரஸ்யம் உண்டு. அந்த சுவாரஸ்யம் காரணமாக அந்த அணியில் அமைந்த பாடல்கள் எளிதில் நம்மை ஈர்த்துவிடக்கூடியவை. ஔவையின் வஞ்சப் புகழ்ச்சி ஒன்று புகழ் மிக்கது. ஔவை அதியனின் தூதாகச் சென்று அவனுக்கும் தொண்டைமானுக்கும் நிகழவிருந்த போரைத் தடுத்து நிறுத்தியதாகச் சொல்லப்படுகிறது. தமிழர் வரலாற்றில் முதல் பெண் தூது ஔவைதான் என்று நினைக்கி றேன். பெண் வாய் திறந்தால் வீடு இரண்டாகிவிடும், நாடு நாலாகிவிடும் என்பதே பொதுவான கருத்து. ஆனால் ஔவை பேரழிவைத் தன் சமயோசிதமான சொற்களால் தடுத்து நிறுத்தியுள்ளாள். அதியனுக்கும் தொண்டைமானுக்கும் இடையே போர் நிகழ்ந்ததாகப் புறநானூற்றில் வேறு பாட்டொன்றும் இல்லை

ஔவையிடம் தொண்டைமான் தன் படைக்கலங் களின் பெருமையைக் காட்ட, அப்போது ஔவை பாடிய பாடல் இது...

இவ்வே, பீலி அணிந்து, மாலை சூட்டிக்
கண் திரள் நோன்காழ் திருத்தி, நெய் அணிந்து
கடியுடை வியன் நகரவ்வே; அவ்வே பகைவர்க்
குத்தி, கோடு நுதி சிதைந்து,
கொல் துறைக் குற்றிலமாதோ . . .
அண்ணல் எம் கோமான், வைந் நுதி வேலே.

(புறம்: 95)

'உன்னிடம் உள்ள போர்க்கருவிகளெல்லாம் முனைகள் மழுங்காமல், நெய் பூசி, புத்தம் புதிதாக, மயிற்பீலி சூட்டப்பட்டுப் பொலிவோடு விளங்கு கின்றன. அதியனின் ஆயுதங்களோ ஓயாத போர்களால் முனை உடைந்து கொல்லனின் பட்டறையிலேயே கிடக்கின்றன' என்கிறாள். உடைந்த வேல் கொண்டு அதியனின் ஆற்றலைக் கச்சிதமாக எழுதிவிட்டாள்.

அதியன் மகன் பொகுட்டெழினியின் இளமை வளத்தையும், போர்த்திறத்தையும் ஒருசேரப் பாடியிருக்கிறாள் ஒரு பாட்டில். அவனுக்குப் பகைகள் இரண்டு. அவை என்ன?

. . . . . . ஒன்றே,
பூப்போல் உண்கண் பசந்து, தோள் நுணுகி,
நோக்கிய மகளிர்ப் பிணித்தன்று; ஒன்றே
. . . . . . துறை நீர்க்

கைமான் கொள்ளுமோ என
உறையுள் முனியும், அவன் செல்லும் ஊரே.

(புறம்: 96)

ஒரு பகை பொகுட்டெழினி கொடுத்த காதல் நோயால் பூப்போன்ற, மையுண்ட விழிகள் பசந்து, தோள் நலம் குன்றிய பெண்களின் பகை. அவன் படையெடுத்துச் செல்லும் ஊர்களின் நீர்த்துறைகளில் போர் யானைகள் புகுந்துவிடுமோ என்கிற அச்சத்தால் மக்கள் அந்த ஊரில் தங்க விரும்பாது வேறிடம் தேடி ஓடுவர். அந்த மக்களின் பகைதான் இன்னொரு பகை.

முதல்பகை வழக்கமானதுதான். காதலில் ஏக்கமே இன்பம் என்பதால் அது குறித்து கவலைகொள்ள ஒன்றுமில்லை. இரண்டாவது பகையோ இன்றைய வாசிப்பில் இழிவில் சேருகிறது. இரண்டு உலகப் போர்களைக் கண்டு அதன் கொடூரங்களால் சீரழிக்கப் பட்ட நவீன மனித மனத்திற்குப் புறநானூற்றின் எத்தனை வரிகள் இனிக்கும் என்பது சந்தேகமே?

இன்னொரு பாடல் அதியமானுக்கு அடி பணிந்து அவனுக்கு திறை செலுத்தி வாழுங்கள். இல்லையேல், உங்கள் அழகிய மனைவியரைக் கூடி நீங்கள் இன்புற்றிருப்பது நடக்காது என்று எச்சரிக்கிறது. (புறம்; 97)

தீயன அண்டாது இருக்கவும், பேய்கள் நெருங்காது இருக்கவும் வெண்சிறு கடுகை புகைக்கச் செய்யும் பழக்கம் பழந்தமிழர்களிடையே இருந்துள்ளது. கடுகைப் புகைத்தாலும் அதியனிடமிருந்து தப்பி விட முடியாது. அவன் கூற்றம். உயிரை எடுக்காது விட மாட்டான்.

நீயே , ஐயவி புகைப்பவும் தாங்காது, ஓய்யென
உறுமுறை மரபின் புறம் நின்று உய்க்கும்
கூற்றத்து அனையை ... (புறம்: 98)

(ஐயவி – வெண்கடுகு)

அதியமானின் ஆற்றல் புலவர்கள் பாடுவதற்கு அரியது. பரணர் போன்ற பெரும் புலவர் மட்டுமே பாட இயல்வது என்கிறாள்.

அன்று பாடுநர்க்கு அரியை; இன்றும்
பரணன் பாடினான் மற்கொல் – மற்று நீ
முரண் மிகு கோவலூர் நூறி, நின்
அரண் அடு திகிரி ஏந்திய தோளே (புறம்: 99)

ஆனால் அதியன் கோவலூரை வென்று பெற்ற வெற்றியைக் குறித்து பரணர் பாடிய பாடல் எதுவும் சங்கப் பாடல்களில் இல்லை. கிடைக்கப் பெறாமலும் இருக்கலாம். இந்தப் பாடலில் அதியனின் வேலை "புனிற்றுப் புலால் நெடு வேல்" என்கிறாள். அதாவது எப்போதும் புதிய புலாலின் ஈரம் காயாத நெடிய வேலை ஏந்தியவன்.

நமது அப்பாக்கள் தங்களுக்குப் பிறந்த பிள்ளை களை முதன் முதலாக காணப் போகும்போது எப்படிப் போவார்கள்? முகம் முழுக்கச் சிரிப்பிருக்கும். கண்களில் கொஞ்சம் நீர் திரண்டிருக்கும். கைகளில் இனிப்பிருக்கும். உதடுகளில் முத்தமொன்று துடித்துக்கொண்டிருக்கும். ஆசையோடு சூட்டி, அழைத்து, அழைத்து மகிழப் பெயரொன்று நெஞ்சத்தில் மலர்ந்திருக்கும். இவை தானே நமது வழக்கம். ஆனால் அதியன் தனது மகனை முதன்முதலாகக் காணச் செல்லும் காட்சியைக் காட்டுகிறாள் ஔவை.

கையில் வேல்; காலில் கழல்; உடல் முழுக்க வியர்வை; கழுத்தில் காயாத பசும்புண்; முகத்தில் புலியொடு பொருத யானையின் வெஞ்சினம்; போர்க்களத்தில் எதிரியை நோக்கிய கண்களின் சிவப்பு தன் குழந்தையைக் காணும் போதும் மாறவில்லை.

கையது வேலே; காலன புனை கழல்;
மெய்யது வியரே; மிடற்றது பசும்புண்;
. . . .
வரிவயம் பொருத வயக்களிறு போல,
இன்னும் மாறாது சினனே; அன்னோ!
உய்ந்தனர் அல்லர், இவன் உடற்றியோரே;
செறுவர் நோக்கிய கண், தன்
சிறுவனை நோக்கியும், சிவப்பு ஆனாவே. (புறம்: 100)

பெற்ற பிள்ளை வீரனாக வளர வேண்டி, தந்தை போர்க்கோலத்தில் சென்று குழந்தையைக் காணுதல் மரபு என்று சொல்லப்படுகிறது. இது புனைவெனில் கொடூரம். மரபெனில் ஆகக் கொடூரம்.

"கொழந்த சார் அது . . !"

பசியின் மலர்கள்

விருந்தும் மருந்தும் மூன்று நாட்கள் என்கிறது பழமொழி. விருந்தாளிகள் மேல் தலைநாள் உள்ள ஆர்வம் மறுநாள் இருப்பதில்லை. அது தேய்ந்து கொண்டே போகிறது. முதல் நாள் பரிமாறி விட்டு அழைப்பார்கள். மறுநாள் அமர வைத்துப் பரிமாறுவார்கள். மூன்றாம் நாளிலோ தட்டில் முகம் தெரிந்துவிடுகிறது. நாம் அதிலேயே சீவிச் சிங்காரித்துக்கொள்ள லாம். அதியன் அப்படிப்பட்டவன் அல்ல.

ஒரு நாள் செல்லலம்; இரு நாள்
செல்லலம்;
பல நாள் பயின்று, பலரொடு செல்லினும்,
தலைநாள் போன்ற விரும்பினன் மாதோ

(புறம்; 101)

அவன் பரிசை இன்று தரலாம். அல்லது நாளை தரலாம். சில நாட்கள் கழித்துக்கூடத் தரலாம். ஆனால் அவன் பரிசு என்பது உறுதியானது. தப்பவே தப்பாதது. ஔவை இதற்கு ஒரு உவமை சொல்கிறாள். "களிறு தன் கோட்டு இடை வைத்த கவளம் போல." யானை தன் கொம்பிடையே வைத்த கவளம் எவ்வளவுக்கு எவ்வளவு அதற்கு உறுதியோ, அவ்வளவு உறுதி அதியனின் பரிசு என்கிறாள். இதற்கு மேல் இன்னொன்றைச் சொல்ல முடியாத உவமை. இப்பாடல்

பரிசில் பெறாது வருந்தும் நெஞ்சிற்குச் சொல்வது போல் புனையப்பட்டுள்ளது. ஆறுதலெனில் இதுதான் ஆறுதல். ஆறுதல்கூட இல்லை; சத்தியம்.

பொகுட்டெழினியை விளிக்கும் ஒரு பாடலில் "இசை விளங்கு கவிகை நெடியோய்!" என்கிறாள். "கவிகை" அதாவது கொடுக்கக் கவிழ்த்த கை. கொடுத்துக் கொண்டே இருக்கும் கை. கவிழ்த்துக்கொண்டே இருக்கும் கை. மூன்றெழுத்துச் சித்திரமன்றோ இச்சொல்! (புறம்; 102).

ஒரு விறலி இன்னொரு விறலியை அதியனிடம் ஆற்றுப்படுத்துகிறாள். "அவனை நம்பிப் போ. உன் உண்கலம் எப்போதும் ஈரம் காயாத வண்ணம், மெழுகு போன்ற இறைச்சியை அவன் தந்து கொண்டே இருப்பான்"

பொழுது இடைப்படாஅப் புலரா மண்டை
மெழுகு மெல் அடையின் கொழு நிணம் பெருப்ப.

(புறம்; 103)

பரிசில் பெறாது பசியில் துவளும் அந்த விறலி ஒரு கேள்வி கேட்கிறாள்.

"கவிழ்ந்த மண்டை மலர்க்குநர் யார்?" அதாவது உணவு கிட்டாததால் கவிழ்ந்து கிடக்கும் எனது கலத்தை மலர்த்த வல்லவன் யார்? திருப்ப அல்ல 'மலர்த்த'. எங்கெல்லாம் மனம் விரிகிறதோ அங்கெல்லாம் மலர் உதித்துவிடுகிறது. காட்டு நிலத்தினும் காதலர் முகங்களில் மலர்வதன்றோ மலர்? போலவே, பட்டினி யில் எரியும் ஒருவனுக்குப் பசியின் மலர்கள் தெரியும்.

இப்பாடலில் விறலியின் சித்திரம் ஒன்று தெரிகிறது.

ஒரு தலைப் பதலை தூங்க, ஒரு தலைத்
தூம்பு அகச் சிறு முழாத் தூங்கத் தூக்கி

அவள் தோளில் காவடி போன்ற ஒன்று உள்ளது. அதன் ஒரு முனையில் பதலை என்கிற தோற்கருவியும் இன்னொரு முனையில் துளையுடைய சிறிய முழாவும் தொங்குகின்றன.

உலகமே வறுமையில் வாடும்போதும் கொடுக்க வல்லவன் அதியன்தான்; அவனிடம் போ என்று இந்த விறலி ஆற்றுப்படுத்தப்படுகிறாள்.

அலத்தற் காலை ஆயினும்
புரத்தல் வல்லன்; வாழ்க, அவன் தாளே!

அதியனது நுண்ணிய திறமைகள் பலதையும் கணக்கில் கொள்ளாது அவனை இளையவன் என்று நினைத்து, அவன் நாட்டின்மீது போர் தொடுக்க வந்தால் நீங்கள் வெல்லவே முடியாது என்று பகை வேந்தர்க்கு அறிவுரை சொல்கிறாள் ஒரு பாட்டில்.

ஊர்க்குறுமாக்கள் ஆடக் கலங்கும்
தாள் படு சில் நீர்க் களிறு அட்டு வீழ்க்கும்
ஈர்ப்புடைக் கராத்து அன்ன... (புறம்; 104)

(கராம் – முதலை)

சிறுவர்கள் கலக்கி விளையாடும் அளவு கொஞ்சமே நீருள்ள நீர்த்துறையாயினும் அதில் பதுங்கியிருக்கும் முதலைக்கு யானையைக் கொல்லுதல் எப்படி எளிதோ, அப்படி எளிது அதியனுக்கு உங்களை வெல்லுதல்.

ஔவை, நாகர்கோவில் அருகில் உள்ள நாஞ்சில்மலையைச் சேர்ந்த நாஞ்சில் வள்ளுவன் என்னும் வள்ளலை ஒரு பாடலில் போற்றிப் பாடி யுள்ளார். ஔவை மட்டுமல்லாது வேறு சில புலவர்களும் அவனைப் போற்றிப் பாடியுள்ளதை அறிய முடிகிறது.

ஔவை அவனை "மடவன்" என்று விளிக்கிறாள். அவனது ஈகையைத் "தேற்றா ஈகை" என்கிறாள். அதாவது அறிவால் ஆராய்ந்து பாராது அள்ளித் தரும் ஈகை. அறிவு அழிந்து, முற்றிய அன்பால் நிறைந்திருக்கும் நிலை ஒன்றுண்டு. மயிலுக்குப் போர்வை ஈந்த பேகனைப் போல. அது முட்டாள்தனமானது. ஆனால் 'முட்டாள்'களால் நெருங்கவே முடியாதது. பேகனின் கொடையைப் பாடும் பரணர் அதைக் "கொடை மடம்" என்கிறார். அந்தக் கொடை மடத்தைத்தான் ஔவை யும் பாடுகிறாள்.

நாஞ்சில் மலையில் உள்ள விறலியொருத்தி தான் பறித்துச் சமைத்த கீரையின் மீது தூவுவதற்கு அரிசியின்றி வருந்தினாள். அவளுக்காக நான் கொஞ்சம் அரிசியை வேண்டினேன். வள்ளுவனோ, மலையைப் போன்ற ஒரு யானையையே கொடுத்து விட்டான். எவ்வளவு பெரிய முட்டாளடா நீ என்று கண்ணீருக்குப் பக்கத்தில் நின்று பாடுகிறாள். அவன் பாடியவரின்

தகுதியைக் கண்டு மட்டும் பரிசில் அளிப்பவனல்ல. அளிப்பவனாகிய அவனுக்கும் ஒரு தகுதி உண்டல்லவா? அதையும் கருதி அளிப்பவன்.

> தான் பிற வரிசை அறிதலின், தன்னும் தூக்கி......
> நல்கியோனே ...   (புறம்: 140)

> வளைக்கை விறலியர் படப்பைக் கொய்த
> அடகின் கண்ணுறையாக யாம் சில
> அரிசி வேண்டினேமாக......
> குன்றத்து அன்னது ஓர்
> பெருங்களிறு நல்கியோனே; அன்னது ஓர்
> தேற்றா ஈகையும் உளது கொல்?

"எவ்வழி நல்லவர் ஆடவர், அவ்வழி நல்லை வாழிய நிலனே." *(புறம் 187)* என்கிற வரிகள் மிகவும் புகழ்மிக்கவை. ஆனால் ஆடவர் நல்லவர் ஆகிப் புகழ் பெறுவது குறித்து உறுதியாக ஒன்றும் சொல்ல முடியவில்லை. அது அவ்வளவு பக்கத்தில் இருப்பதாகத் தோன்றவில்லை. இதை எழுதிக்கொண்டிருக்கும் போது மத்தியப் பிரதேச மாநிலத்தில் 12 வயதே ஆன ஒரு சிறுமி பாலியல் வன்கொடுமைக்கு ஆளாக்கப்பட்டு, அரைநிர்வாணக் கோலத்தில், இரத்தம் சொட்டச் சொட்ட, வீதி வீதியாக உதவி கேட்டு அலையும் காட்சியொன்றை டிவியில் காட்டுகிறார்கள். ஒரு ஆடவர், "இங்கே வராதே, போ" என்று விரட்டுவதையும் காட்டினார்கள்.

அதியன் ஔவைக்கு நெல்லிக்கனி ஈந்த கதை பிரபலம். ஆனால் அவர்கள் இருவருக்குமிடையேயான சண்டைக் காட்சி ஒன்றும் புறநானூற்றில் உண்டு. அதியன் பரிசில் தராது காலம் நீட்டிக்க "உன் பரிசை நீயே வைத்துக்கொள்" என்று ஏசிவிட்டு விருட்டெனக் கிளம்பி விடுகிறாள் பாட்டி.

அதியனுக்கு என்னைத் தெரியாதா? அல்லது அவனுக்கு அவனுடைய தகுதியும்தான் மறந்து விட்டதா? அறிவும் புகழும் உடையோர் பட்டினியால் சாகும் அளவு அவ்வளவு வறுமையில் வீழ்ந்துவிடவில்லை இவ்வுலகு. *(புறம் 206)*

> கடுமான் தோன்றல் நெடுமான் அஞ்சி!
> தன் அறியலன் கொல்? என் அறியலன் கொல்?
> அறிவும் புகழும் உடையோர் மாய்ந்தென,

வறுந்தலை உலகமும் அன்றே; அதனால்
காவினம் கலனே; சுருக்கினெம் கலப்பை

ஔவை தன் இசைக் கருவிகளைத் தூக்கிக் கொண்டு கிளம்புவதாக வருகிற வரியைக் கொண்டு அவள் பாணர் மரபைச் சார்ந்தவள் என்று சொல்லப்படுவதுண்டு. ஆனால் அப்படிப் பாடுதல் ஒரு கவிமரபே என்று சொல்லி அதை மறுப்பவர்களும் உண்டு.

'தச்சனுடைய மகன்கள் கோடாரியைத் தூக்கிக் கொண்டு காட்டிற்குள் புகுந்தால் அவர்கள் எப்படியும் பிழைத்துக்கொள்ள மாட்டார்களா என்ன? அதுபோல் நானும் என் சொற்களை ஏந்திக்கொண்டு கிளம்புகிறேன். எனக்கு எத்திசைச் செலினும், அத்திசைச் சோறே!'

மரம் கொல் தச்சன் கைவல் சிறாஅர்
மழுவுடைக் காட்டகத்து அற்றே –
எத்திசைச் செலினும், அத்திசைச் சோறே

இப்பாடலுக்கு ஒரு கிளைக்கதை சொல்லப்படுவதுண்டு. உடனே பரிசில் வழங்கிவிட்டால் ஔவை தன்னை விட்டுச் சென்றுவிடுவாள் என்பதால், அவளை நெடுநாள் தன்னோடு தங்க வைக்கத்தான் அதியன் பரிசில் நீட்டித்தான் என்கிறது அக்கதை. அதியனுக்கு அன்று 'மூடு' சரியில்லை என்று நானொரு தனிக்கதை சொன்னால் அதுவும் நம்பகமான யதார்த்தக் கதையாகவே இருக்கும். மனிதர்கள் அவர்களின் 'மூடு'கள் தானே?

கி.வா. ஜகந்நாதன் அதியனோடே நேந்து கலந்து வாழ்ந்து பார்த்த பாணியில் ஒரு நூல் எழுதியுள்ளார். அந்நூலில் ஔவை வந்த வேளையில் அதியன் தனது அமைச்சர்களுடன் போர் குறித்த ஒரு முக்கியமான ஆலோசனையில் இருந்ததாகவும், அதனால் அந்த வாயில் காவலன் ஔவையின் வருகையை அதியனுக்கு அறிவிக்கவேயில்லை என்றும் சொல்கிறார். "வாயிலோயே! வாயிலோயே!" என்கிற விளிப்பை கருத்தில் கொண்டால் இதுவும் பொருட்படுத்தத்தக்க கதைதான்.

அதியன் இறந்துவிட்டான். அவன் உடலில் சிதை மூண்டு எரிகிறது. தீ அவனது உடலை அழிக்காது

அணைந்துபோகலாம். அல்லது வான் முட்டிப் பற்றி எரியலாம். எப்படியாயினும் அதியன் "ஒண் ஞாயிறு". எளிய நெருப்பில் எரிந்துபோவதல்ல அவன் புகழ்
(புறம்; 231)

> இல்லாகியரோ, காலை மாலை!
> அல்லாகியர், யான் வாழும் நாளே!
> நடுகல் பீலி சூட்டி, நார் அரி
> சிறுகலத்து உகுப்பவும் கொள்வன் கொல்லோ–
> கோடு உயர் பிறங்கு மலை கெழீஇய
> நாடு உடன் கொடுப்பவும் கொள்ளாதோனே?

(புறம்: 232)

உயர்ந்த சிகரங்களையுடைய மலையுடன் கூடிய ஒரு நாட்டையே தானமாகத் தந்தாலும் கொள்ளாத மானமுடையவன் அதியன். அவனுக்கு ஒரு நடுகல் எழுப்பி, அதில் பீலி சூட்டி அதன் முன் கொஞ்சம் கள்ளைப் பலியாகப் படைத்தால் ஏற்றுக் கொள்வானா என்ன? இனி எனக்குக் காலை, மாலை என்கிற காலங்கள் இல்லை. அவனின்றி வாழும் நாட்களுக்கு ஒரு அர்த்தமும் இல்லை

சங்கத்துக் கையறுநிலைப் பாடல்கள் சிலவற்றில் நமது நாட்டுப்புறத்து ஒப்பாரிப் பாடல்களின் கேவலோசை ஒலிப்பதைக் காண முடிகிறது. "முல்லை யும் பூத்தியோ" என்பதுபோல. "இல்லாகியரோ காலை மாலை" என்பதிலும் அந்த அழுகுரல் கேட்கிறது அல்லவா?

மாமலர் சூடா மானிடர்

'உண்டாட்டு' என்பது பகைவரின் ஆநிரைகளைக் கவர்ந்துவரும் வீரர்களின் வெற்றிக் களியாட்டமாகும். களியாட்டம் எனில் மதுவின்றி எப்படி? கவரப் போகும் முன் மது அருந்தியுள்ளான். கவர்ந்து வந்த பிறகான வெற்றிக் கொண்டாட்டத்திலும் மது இருந்துள்ளது. மதுவருந்தி, ஊன் சோறு உண்டு, அந்த எச்சில் கையை வில்லின் புறத்தில் தடவியபடி களத்திற்குக் கிளம்பியுள்ளான் ஒருவன்.

ஔவையிடமும் உண்டாட்டுப் பாடல் உண்டு. ஆநிரை கவர்தல் 'வெட்சி'த் திணையாகும். அப்படி பகைவர் ஆநிரைகளைக் கவர விடாது முறியடிப்பது 'கரந்தை' எனப்படுகிறது. வெட்சிப் போரில் வென்ற ஒருவனின் வாளைப் போற்றிப் பாடுவதாக ஔவை ஒரு பாடல் பாடியுள்ளாள்.

கரந்தை நீடிய அறிந்து மாறு செருவில்
பல் ஆன் இன நிரை தழீஇய வில்லோர்
கொடுஞ்சிறைக் குரூஉப் பருந்து ஆர்ப்ப
தடிந்து மாறு பெயர்த்தது, இக் கருங்கை
வாளே (புறம்: 269)

கரந்தை வீரர்கள் வில்லோடு பதுங்கி யிருப்பதை அறிந்தும், பின்வாங்காது போரிட்டுப் பருந்துகள் ஆரவாரிக்கும்படி, அவற்றுக்கு விருந்து வைத்தது இந்த வாள்தான்.

வெட்சிப் போருக்குக் கிளம்பும் காட்சியும் இப்பாடலில் உள்ளது.

> புத்தகல் கொண்ட புலிக்கண் வெப்பர்
> ஒன்று இரு முறை இருந்து உண்ட பின்றை
> உவலைக் கண்ணித் துடியன் வந்தென
> பிழி மகிழ் வல்சி வேண்ட, மற்று இது
> கொள்ளாய் என்ப, கள்ளின் வாழ்த்தி!...

புதிய சட்டியில் நிரப்பப்பட்டிருந்த புலியின் கண் போன்ற மதுவை இரண்டு முறை அருந்தி, பசுந்தழைகளால் ஆன மாலையை அணிந்த துடியன், துடி கொட்டி முழக்க, பின்பும் உண்ணத் தரும் கள்ளை மறுத்து ஆனால் அந்தக் கள்ளினை வாழ்த்திவிட்டுக் கிளம்புகிறான்.

இந்தப் பாடலில் இரண்டு மதுபானங்கள் உள்ளன. ஒன்று வெப்பமானது என்பது உறுதி (வெப்பர்). "பிழி மகிழ் வல்சி" என்பதைக் கள் எனக் கொள்வதும் சரியாகவே உள்ளது. வீரன் அளவு கருதி போதும் என்றானா என்பது குறித்து எனக்குத் தெரியவில்லை. போருக்கு வெறி அவசியம் என்பதுபோலவே தெளிவும் அவசியம் அல்லவா?

"புலிக்கண் வெப்பர்" என்பதைப் பேராசிரியர் ராஜ் கௌதமன் புலியின் கண் போன்ற மஞ்சள் நிற மது என்கிறார். இந்த உவமை நிறம் குறித்ததா என்கிற சந்தேகம் எனக்கு உள்ளது. புலியின் கண்களில் கனலும் சீற்றமும் ஒளியும் குறித்த உவமையாக இது இருக்கவும் வாய்ப்புள்ளது. எப்படியாயினும் மதுவில் புலியைக் கண்டவள் நிச்சயம் பெருங்கவிதான். புலிக்கும் மதுவிற்கும் சிலேடை போட்டால் இரண்டும் பாய்வன. வார இறுதி நாட்களில் மது, புலியைக் காட்டிலும் பன்மடங்கு பாயக்கூடியது

சங்கப் பாடல்கள் சிலவற்றிற்கு நானாவித உரைகளும் காணக் கிடைக்கின்றன. சிரிப்பை வரவழைக்கும் உரைகளும் உண்டு. விதவிதமான உரைகளுக்கு நடுவே நம் உரை என்று ஒன்றை உறுதி செய்வதற்குச் சமயங்களில் நாள் கணக்கில் ஆகிறது. அதுவரையில் மண்டைக்குள் ஓயாத கூச்சல். மனம் விரும்பும் உரை ஒன்றைத் தேர்வு செய்தால், ஊழல்! ஊழல்! என்று கெக்கலிக்கிறது அறிவு.

வெள்ளை வெள் யாட்டுச் செச்சை போலத்
தன் ஓர் அன்ன இளையர் இருப்ப,
பலர் மீது நீட்டிய மண்டை என் சிறுவனைக்
கால்கழி கட்டிலில் கிடப்பி
தூ வெள் அறுவை போர்ப்பித்திலதே!   (புறம்: 286)

(ஆட்டுச்செச்சை – ஆட்டுக் கிடாய், மண்டை – உண் கலம், அறுவை – ஆடை)

வெள்ளாட்டுக் கிடாய்களைப் போன்ற இளைஞர்கள் பலரும் இருக்க, அனைவரினும் மேலாக என் மகனுக்கென்று விசேஷமாகத் தரப்பட கள் கலயம், அவனை இப்படி வெள்ளாடை மூடி, கால் இல்லாத கட்டிலில் கிடக்கச் செய்துவிட்டதே!

போரில் இறந்த தன் மகனைக் கண்டு அலறும் ஒரு தாயின் குரல் இது. இப்படித்தான் இப்பாடல் சிலரால் பார்க்கப்படுகிறது. தமிழின் குறிப்பிடத்தக்க கவியும் விமர்சகருமாகிய மோகனரங்கன் முதற்கொண்டு பலரும் இப்பாடலை இவ்வாறே பொருள் கொண்டு எழுதியுள்ளனர். எனக்கும் உவப்பானது இதுவே. இப்பாடலை விடுதலைப் புலிகளின் சயனைடு குப்பிவரை இழுத்துச் செல்லும் உருக்கமான வாசிப்புகள் இணையத்தில் கிடைக்கின்றன. போரால் சீரழிக்கப்பட்டிருக்கிற நமது காலத்திற்கு உகந்த வாசிப்பு இதுதான். காவியக் கர்ணன் முதற்கொண்டு நன்றிக் கடனின் வரலாறு அவ்வளவு மேம்பட்டதாக இல்லை. அன்பிலிருந்தும் பாசத்திலிருந்தும், நன்றிக் கடனிலிருந்தும்தான் நமது அனைத்து முறைகேடு களும் தொடங்குகின்றன. தேசபக்தியை ஊதிப் பெருக்காமல் இவ்வளவு பெரிய போர்களை மனிதனால் நடத்தியிருக்க முடியாது.

ஆனால் அரசனால் அவ்வளவு ஸ்பெஷலாகக் கவனிக்கப்பட்ட தன் மகனுக்குப் போரில் உயிரை ஈந்து, நன்றிக் கடனைச் செலுத்தும் காலம் இன்னும் வரவில்லையே என்று ஒரு தாய் வருந்துவதான வாசிப்பும் இப்பாடலுக்கு உள்ளது. "போர்ப்பித்திலதே" என்கிற முடிப்பு இவ்வாசிப்புக்கு இட்டுச் செல்கிறது.

போரில் புறமுதுகுக் காட்டாது விழுப்புண் வாங்கி மடிந்த ஒருவனைக் கண்டு தாய் ஒருத்தியின் வாடிய முலையில் பால் சுரந்தது என்கிற ஔவையின் பாடல் ஒன்றும் இந்நேரத்தில் நினைவில் எழுகிறது. அப்படி

மறம் பாடியவள், மரணம் குறித்து இப்படிக் கண்ணீர் வடிப்பாளா என்று தோன்றாமலில்லை. இரண்டும் வேறு வேறு மனங்கள். வேறு வேறு அன்னைகள் என்று உங்களுக்குத் தோன்றுகிறதா? நல்லது. இந்தக் கட்டுரையில் ஒரு பொன்மொழி சொல்ல இந்த இடத்தை விட்டால் எனக்கு வேறு இடம் சிக்காது. பொன்மொழியை "மனிதன்" என்று தொடங்குவதுதானே மரபு?

"மனிதன் எப்போதும் தன் விருப்பமே உண்மை என்று நம்ப விரும்புகிறான். ஆனால் பாருங்கள், உண்மைதான் உண்மை."

அடுத்த பாடலும் நன்றிக் கடனின் சதித்திட்டம் தான். இவன் பாட்டன் உன் பாட்டனைப் போரில் மடியாமல் காத்து நின்றான். இவனும் உன்னை அவ்வாறே காத்து நிற்பான். ஆகவே கள்ளை முதலில் இவனுக்கு ஊற்று என்கிற தந்திராலோசனை வெளிப்படும் பாடல் இது

இவற்கு ஈத்து உண்மதி, கள்ளே. . . . . .
நுந்தை தந்தைக்கு இவன் தந்தை தந்தை,
எடுத்து எறி ஞாட்பின் இமையான், தச்சன்
அடுத்து எறி குறட்டின், நின்று மாய்ந்தனனே;
மறப்புகழ் நிறைந்த மைந்தினோன் இவனும்,
உறைப்புழி ஓலை போல
மறைக்குவன் – பெரும! நிற்குறித்து வரு வேலே

(புறம்: 290)

(ஞாட்பு – போர், உறைப்புழி – மழைத்துளி, குறடு – மரத்துண்டு)

வண்டிச் சக்கரத்தின் ஆரக்கால்கள் போரில் எறியப்பட்ட அம்புகளுக்கு உவமை சொல்லப் பட்டுள்ளன. சக்கரம் ஆரக்கால்களைத் தன்னுள்ளே வாங்கிக்கொள்வதுபோல, அரசனை நோக்கி எறியப் பட்ட எல்லா அம்புகளையும் தன் உடலில் ஏந்தி மடிகிறான் அவ்வீரன்.

சிறப்புடையாளன் மாண்பு கண்டருளி,
வாடு முலை ஊறிச் சுரந்தன–
ஓடாப் பூட்கை விடலை தாய்கே (புறம்: 295)

(பூட்கை – உறுதி)

வீரமரணம் எய்திய தன் மகனைக் கண்டு ஒரு தாயின் தளர்ந்த மார்பில் மீண்டும் பால் சுரக்கிறதாம். இப்பாடலின் துறை "உவகை கலுழ்ச்சி" எனப்படுகிறது. கலுழ்ச்சி எனில் கண்ணீர்.

போர்க்களம் கொலைக்களம்தான். அங்கு இரக்கத்திற்கு இடமில்லை.

ஆனால் ஒரு மறவன் போர்க்களத்தில் தன் முகத்தை மறைத்துக்கொண்டு சண்டையிட்ட காட்சி ஒன்றைச் சொல்கிறாள் ஔவை. ஏன்? அவன் கண்கள் நெருப்பு. அதைத் தாங்கும் வலிமை எதிரிகளுக்கு இல்லை. ஆகவே கேடயம் போன்ற ஒன்றால் தன் முகத்தை மறைத்துக்கொண்டு சண்டையிடுகிறான். எப்போதும் கண்களில் கனலெரியும் நமது ஆக்ஷன் ஹீரோக்கள் புறநானூற்றிலிருந்துதான் புறப்பட்டு வருகிறார்கள்போல.

மாண்புமிக்க அவ்வீரன் மடிந்த போது பாடிய பாடல் . . .

> . . . . . . பலர் குறை செய்த மலர்தார் அண்ணற்கு
> ஒருவரும் இல்லை மாதோ, செருவத்து;
> சிறப்புடைச் செங்கண் புகைய, ஓர்
> தோல் கொண்டு மறைக்கும் சால்பு உடையோனே.
>
> (புறம்: 311)

(குறை செய்தல் – ஏவல் செய்தல்)

அவன் நோக்கம் போரில் எதிரியை வெல்வதுதான்; கொல்வதல்ல என்று இப்பாடலை வாசிக்கலாமா? வாசியுங்கள்.

அதியனைக் குறித்த இன்னொரு அழகான பாடல். அவன் எப்போதும் தன்னைக் காட்டிக்கொண்டே இருப்பவன் அல்ல. காட்ட அவசியம் இல்லாதபோது, அவ்வளவு அமைதியாக மறைந்திருப்பவன். காட்ட வேண்டிய தருணத்திலோ அனலாக எரிபவன்.

> நெடுமான் அஞ்சி –
> இல் இறைச் செரீஇய ஞெலிகோல் போல,
> தோன்றாது இருக்கவும் வல்லன், மற்றதன்
> கான்றுபடு கனைஎரி போல
> தோன்றவும் வல்லன் – தான் தோன்றுங்காலே
>
> (புறம்: 315)

அவசியமற்ற காலங்களில் வீட்டின் எரவாணத்தில் செருகி வைக்கப்பட்டிருக்கும் தீக்கடைக்கோல்போல சும்மா இருப்பான். அதே கோல் நெருப்பைக் கடைந்து, கடைந்து முழங்கச் செய்வது போல, அவசியமான காலத்திலோ கட்டாயம் தோன்றுவான் அதியன்.

அரசனைப் புகழ்ந்து பாடப்பட்ட ஒரு பாடல் என்பதைத் தாண்டி எல்லா மனிதருக்குமான ஒரு செய்தி உள்ளது இப்பாட்டில். மறைந்திருக்க முடிவதில்லை என்பது மனிதனின் முக்கியமான சிக்கல்களில் ஒன்று. "சும்மா இருக்கும் சுகம்" அவன் அறியாத ஒன்று. சமூக ஊடகங்கள் பெருகி, மனிதன் நொடிக்கு நொடி வெளிப்படத் துடிப்பவனாக ஆகிவிட்ட இந்தக் காலத்தில், அவன் தன் நெற்றியில் பொறித்துக்கொள்ள வேண்டிய பாடலாக மாறிவிடுகிறது இது.

அதியனை "மடவர் மகிழ்துணை" என்கிறது இப்பாடல். அறிவுடையோர் மட்டுமல்ல; அறிவற்ற எளியோரையும் அன்பு செய்யக்கூடியவன் என்றும் சிறுவர்களுடனும் மகிழ்ந்திருப்பவன் என்றும் இதற்குப் பொருள் சொல்லப்படுகிறது. இச்சொற்கட்டை மட்டும் தனியே பிரித்தெடுத்துக்கொண்டு வெகுதூரம் போனது என் மனம். ஒரு கட்டத்தில் கண்ணில் நீர் கோர்த்துக்கொண்டது. நான் என்னையும் ஒரு மடவராகவே உணர்ந்தேன். இவ்வளவு மூட்டமான வாழ்விற்கு முன் தன்னை மடவர் என்று உணராதவர் யாரும் இருக்க இயலுமா? ஆனால் இவ்வுலகு அவர்களுக்கும் ஆனது. மடவரும் வாழத்தான் வேண்டும். மகிழத்தான் வேண்டும்.

ஔவை மூவேந்தர்களையும் ஒருசேர வாழ்த்திய பாடல் ஒன்று உள்ளது புறநானூற்றில். கன்னியாகுமரி மாவட்டத்தில் உள்ள முப்பந்தல் என்ற ஊரில்தான் மூவேந்தர்களும் ஔவையின் அழைப்பின் பேரில் ஒன்று திரண்டார்கள் என்று ஒரு கதை உள்ளது. ஔவை அவர்களை வானத்து மீனினும், மழைத் துளி அளவினும் நீடு வாழச் சொல்லி வாழ்த்துகிறாள்.

> . . . . . . வானத்து
> வயங்கித் தோன்றும் மீனினும், இம்மெனப்
> பரந்து இயங்கு மாமழை உறையினும்
> உயர்ந்து மேந் தோன்றிப் பொலிக, நும் நாளே.

(புறம்: 367)

நிலையாமை பேசி, வாழும் வகை சொல்கிறாள் இப்பாட்டில் . . .

> பாசிழை மகளிர் பொலங்கலத்து ஏந்திய
> நார்அரி தேறல் மாந்தி, மகிழ் சிறந்து
> இரவலர்க்கு அருங்கலம் அருகாது வீசி
> வாழ்தல் வேண்டும் . . .

மகளிர் பொற்கிண்ணங்களில் ஏந்தி அளிக்கும், பன்னாடையால் வடிகட்டப்பட்ட, தெளிந்த கள்ளை மாந்தி மகிழ்ந்திரு! இரவலர்களுக்கு அவர் கலம் காலியாகாத வண்ணம் வழங்கி வாழ்ந்திரு!

தேவலோகத்தையே மண்ணில் சமைத்து வைத்திருந் தாலும் இறக்குங் காலை அது உடன் வரப்போவதில்லை. உன் நல்வினைகள் மட்டுமே உடன் வர முடியும்.

நாகத்து அன்ன பாகுஆர் மண்டிலம்
தமவே ஆயினும் தம்மொடு செல்லா......
வாழச்செய்த நல்வினை அல்லது
தாழுங்காலைப் புணை பிறிது இல்லை

பண்டைத் தமிழகத்தில் கள் உணவின் ஒரு பகுதியாக இருந்துள்ளது. இரவலர்க்கும் விருந்திற்கும் வழங்கப்படும் ஒன்றாக இருந்துள்ளது. கொண்டாட்டத்தின் தவிர்க்க இயலாத பகுதியாக விளங்கியுள்ளது. பிறகு மது துயரத்தின் ஒரு பகுதியாகி, வெறுமையின் பகுதியாகி, நீ பாதி நான் பாதி என்றாகி இன்று மனிதன் மதுவின் ஒரு ஓரத்தில் குத்தவைத்து அமர்ந்திருக்கிறான்.

பாணன் ஒருவன் அதியனின் விருந்தோம்பலைப் போற்றிப் பாடுவதாக ஔவை ஒரு பாடல் புனைந்துள்ளாள்.

மலைக் கூட்டத்தைப் போன்ற மாடங்கள் உடையது அதியனின் நகரம். அம்மாடங்கள் அதிரும்படி என் பறையை முழக்கி நின்றேன். அதியன் என்னை நெடுநாள் காக்க வைக்காமல் அன்றிரவே அழைத்து, எனது நைந்த பழைய உடைகளைக் களைந்து, புத்தாடை அணியச் செய்து, மகிழ்வு தரும் கள்ளையும் அமிழ்து போன்ற ஊன் சோற்றையும் எனக்கு அளித்தான். கூடவே ஊர் எல்லையில் காத்திருக்கும் எனது பெரிய சுற்றத்தின் கவலைகளையும் போக்கினான்.

...என் அரை
முது நீர்ப்பாசி அன்ன உடை களைந்து
திருமலர் அன்ன புதுமடிக் கொளீஇ
மகிழ்தரல் மரபின் மட்டே அன்றியும்
அமிழ்துஅன மரபின் ஊன்துவை அடிசில்
வெள்ளி வெண்கலத்து ஊட்டல் அன்றி
முன் ஊர் பொதியில் சேர்ந்த மென் நடை
இரும்பேர் ஒக்கல் பெரும் புலம்பு அகற்ற......

(புறம்: 390)

(புதுமடி – புத்தாடை, மட்டு – கள், ஒக்கல் – சுற்றம்)

அதியனின் முன்னோர் தகடூருக்குக் கரும்பைக் கொண்டு வந்த வரலாற்றுக் குறிப்பு அமைந்த பாடல் ஒன்று உள்ளது. அதியனின் மகன் பொகுட்டெழினியைப் பாடிய பாடல். நெல் மட்டும் விளைந்துவந்த தகடூரில் கரும்பை விளைவிக்க விரும்பிய அதியனின் முன்னோர் சோழ தேசத்து விவசாயிகளை வரவழைத்துக் கரும்பை விளைவித்ததாகச் சொல்லப்படுகிறது.

அந்தரத்து அரும்பெறல் அமிழ்தம் அன்ன
கரும்பு இவண் தந்தோன் பெரும் பிறங்கடையே

(புறம்: 392)

இப்பாடலில் பாணனின் கிழிந்த ஆடைக்கு ஒரு உவமை சொல்லப்படுகிறது.

ஊர் உண் கேணிப் பகட்டு இலைப் பாசி
வேர்புரை சிதாஅர் நீக்கி . . .

(சிதார் – கந்தைத் துணி)

ஊர் முழுதும் நீர் உண்ணும் பொதுக் கிணற்றில் எப்படிப் பாசி படியாது கிழிந்திருக்குமோ, அது போல் கிழிந்த என் ஆடையை நீக்கி, நல் ஆடையை உடுத்தச் செய்து, தேள் கடுப்பன்ன நாட்படு தேறலை, விண்மீன் போன்ற ஒளிவீசும் பொற்கலத்திலே அளித்து ஒரு விருந்தினனைப் போல் என்னை நடத்தினான் என்கிறான் பாணன்.

அதியன் மரணத்திற்குக் காரணமாக வழங்கப் பட்டு வரும் வாய்மொழிக் கதையொன்றை கி.வா. ஜகந்நாதன் தனது 'அதிகமான் நெடுமான் அஞ்சி' என்கிற நூலில் குறிப்பிடுகிறார்.

அதியனின் மனைவிக்குத் துணி வெளுக்கும் இளம்பெண் ஒருத்தியின் மீது அதீத அன்பு இருந்து வந்துள்ளது. கோட்டையின் ரகசிய வழிகளையெல்லாம் சொல்லிவிடும் அளவுக்கு அன்பு. பேரழகியான இளம்பெண்ணை அரண்மனை அதிகாரி ஒருவன் வழிமறித்து ஆசைக்கு இணங்கச் சொல்கிறான். அவள் மறுத்து, கண்ணீர் விட்டபடி நடந்ததை அரசியிடம் போய்ச் சொல்கிறாள். அரசி அதைப் பெரிதாகப் பொருட்படுத்தவில்லை. ஏழையெனில் எங்களுக்குக் கற்பு இருக்காதா என்று இளம்பெண் சீற, அரசி இது குறித்து அதியனிடம் முறையிடுகிறாள். அதியனோ "இவளும்தான் காசிற்கு பல் இளித்திருப்பாள். இங்கு

வந்து பாதியை மட்டும் சொல்கிறாள்" என்று அழகியின் காதுபடவே இழிவாகப் பேசி விடுகிறான். அந்த அழகிதான் வஞ்சினம் கொண்டு கோட்டைக்குள் பதுங்கியிருந்த அதியனை முற்றுகையிடுவதற்கான சுரங்கப் பாதையைச் சேரனுக்குக் காட்டி கொடுத்தாள் என்கிறது அக்கதை.

அதியன் போரில் வீழ்த்தப்படுகிறான். அப்போது ஔவை பாடிய பாடலொன்று புகழ் மிக்கது.

சிறிய கள் பெறினே, எமக்கு ஈயும்; மன்னே!
பெரிய கள் பெறினே,
யாம் பாட, தான் மகிழ்ந்து உண்ணும்; மன்னே!
சிறு சோற்றானும் நனி பல கலத்தன்; மன்னே!
பெருஞ் சோற்றானும் நனி பல
கலத்தன்; மன்னே!
என்பொடு தடிபடு வழி எல்லாம் எமக்கு ஈயும்;
மன்னே!
அம்பொடு வேல் நுழை வழி எல்லாம் தான்
நிற்கும்; மன்னே!
நரந்தம் நாறும் தன் கையால்,
புலவு நாறும் என் தலை தைவரும்; மன்னே!
அருந் தலை இரும் பாணர் அகல் மண்டைத்
துளை உரீஇ,
இரப்போர் கையுளும் போகி,
புரப்போர் புன்கண் பாவை சோர,
அம் சொல் நுண் தேர்ச்சிப் புலவர் நாவில்
சென்று வீழ்ந்தன்று, அவன்
அரு நிறத்து இயங்கிய வேலே!
ஆசு ஆகு எந்தை யாண்டு உளன் கொல்லோ?
இனி, பாடுநரும் இல்லை; பாடுநர்க்கு ஒன்று
ஈகுநரும் இல்லை; (புறம்: 235)

கள் குறைவாக இருந்தால் அதை எமக்கென்று தந்துவிடுவான். நிறைய இருக்கையில் அவனும் எம்மோடு சேர்ந்து அருந்தி, எம்மைப் பாடவைத்து மகிழ்வான். உணவு கொஞ்சமாக இருந்தாலும் அவன் முன் பல கலங்கள் இருக்கும். நிறைய இருப்பினும் அங்கு பல கலங்கள் இருக்கும். ஊன் சோற்றில் எலும்பும் கறியும் கூடிய பகுதிகளையெல்லாம் எமக்கே தந்துவிடுவான். ஆனால் அம்பும் வேலும் சீறும் போர்க்களத்திலோ அவனே நிறைந்து நிற்பான்.

நரந்தப் பூவின் மணம் வீசும் தன் கைகளால் புலால் நாறும் எம் தலையை மெல்லத் தடவித் தருவான்.

அவன் மார்பில் தைத்த வேலானது, பாணனின் உண்கலத்தை ஊடுருவி, இரப்போனின் கையுள்ளும் புகுந்து, பாணனால் பாதுகாக்கப்படும் சுற்றத்தாரின் கண்ணெல்லாம் சோர்ந்து மயங்க, அழகிய சொற்களும் நுண்ணறிவும் கொண்ட புலவர்கள் நாவில் சென்று தைத்தது.

எம் தலைவன் எங்குதான் உள்ளானோ? இனிப் பாடுநரும் இல்லை. பாடுவோர்க்கு ஒன்றை ஈகுநனும் இல்லை.

இப்பாடலில் மன்னே! மன்னே! என்று எழும் ஒவ்வொரு அசையும் மாரடித்துக் கதறுவது போல் ஒலிக்கிறது. அசைச் சொற்களுக்குத் தனியே அர்த்தமில்லை என்கிறார்கள் இலக்கண ஆசியர்கள். அர்த்தமில்லாமல் இருக்கலாம்; ஆனால் அழுகையுண்டு.

> பனித்துறைப் பகன்றை நறைக் கொள் மாமலர்
> சூடாது வைகியாங்கு, பிறர்க்கு ஒன்று
> ஈயாது வீயும் உயிர் தவப் பலவே!

குளிர்ந்த துறையில் தோன்றிய, தேன் ஊறும் பகன்றை மலர் யாராலும் சூடப்படாமலேயே அழிந்துபோவதுபோல, பிறர்க்கு ஒன்றை ஈயாதே மடிந்து போகும் மனிதரும் பலர்.

"உள்தெறு வெம்பகை ஆவது உலோபம்"

என்கிறான் கம்பன்.

> மாய்ந்தவர் மாய்ந்தவர் அல்லர்கள்......
> வீழ்ந்தவரேனும்
> ஈந்தவர் அல்லது இருந்தவர் யாரோ?
> (கம்ப ராமாயணம்)

கொடையில் அடைவது என்று ஒன்றுண்டு. புகழல்ல. வீடு பேறல்ல. விண்ணுலகல்ல. வேறொன்று. இதயத்துள் இயங்குவது. இதயம் என்றேகூடச் சொல்ல லாம். மகத்தான காதல் பாடல்களில் விளிக்கப்படும் இதயம்.

'நான் உன் இதயத்தின் சுவையறிந்தவன்' என்று தொடங்கும் பாடலொன்றை நமது ரூமி பாடிவிட்டாரா? அவர் பாடாப் பாடலென்று ஏதாவது உள்ளதா?

திருவள்ளுவ மாலை - கடைசிப் பாடல்

'திருவள்ளுவ மாலை' என்பது திருவள்ளுவரையும் அவரது குறளையும் போற்றிப் பல்வேறு புலவர்கள் இயற்றிய பாடல்களின் தொகை நூலாகும். கபிலர், பரணர், வெள்ளி வீதியார், அரிசில் கிழார் போன்ற சங்கப் புலவர்களின் பாடல்கள் இதில் இடம் பெற்றுள்ளன. 11ஆம் நூற்றாண்டில் தொகுக்கப்பட்டதாகச் சொல்லப்படுகிறது.

வள்ளுவரின் குறளைப் பாண்டிய மன்னனின் சங்கம் ஏற்கவில்லை என்றும், வள்ளுவருக்காக வாதாடி ஔவையே அவர் குறளை ஏற்கச் செய்தார் என்றும் 'ஔவையார்' திரைப்படம் சொல்லுகிறது. அந்தப் படத்தில் குறளை மறுப்பவர்களை "அற்புதத்தைக் கண்டு பயப்படுபவர்கள்" என்று ஏசுகிறாள் ஔவை.

55 பாடல்களால் ஆன திருவள்ளுவ மாலையில் கடைசிப் பாடல் ஔவை யுடையது. அனைவரும் அறிந்த புகழ்மிக்க பாடல். இதற்கு முந்தைய பாடல் இடைக்காடர் பாடியது. அதில் ஒரே ஒரு சொல் மட்டும் மாறியுள்ளது ஔவையின் பாடலில். இடைக்காடர் 'கடுகைத்

துளைத்து’ என்று தொடங்க, ஔவை கடுகையும் துளைத்துவிடுகிறார்.

இடைக்காடர்

கடுகைத் துளைத்தேழ் கடலைப் புகட்டிக்
குறுகத் தரித்த குறள்

ஔவையார்

அணுவைத் துளைத்தேழ் கடலைப் புகட்டி
குறுகத் தரித்த குறள்

“அணுவைத் துளைத்து” என்கிற வரியை முன்னிறுத்தி தமிழினத்துக்குப் பத்து நூற்றாண்டுக்கு முன்பே அணு விஞ்ஞானம் தெரியும் என்று வாதிடும் சிலர் இருக்கிறார்கள். தமிழறிஞர்கள், அறிவியல் வல்லுநர்கள் இந்த வரியை மேலும் மேலும் ஆராயட்டும். சச்சரவு செய்யட்டும். அணு ஆராய்ச்சியின் முடிவு எப்படியாயினும், அவ்வரி வள்ளுவருக்குச் சாத்தப்பட்ட ஆகச் சிறந்த மாலை.

தனிப்பாடல்கள்

என்றும் கிழியாதுன் பாட்டு!

தனிப்பாடல்கள் என் மனதிற்கு நெருக்கமானவை. நான் பழந்தமிழ்ப் பாடல்கள் கற்பதற்குத் தனிப்பாடல்களின் வழியேதான் சென்றேன். புதியவர்க்கும் அந்த வழியையே பரிந்துரைப்பேன். தனிப்பாடல்களின் சொற்கள் அவ்வளவு பழையதல்ல. இன்றைய வாசகருக்கு அகராதி தேவைதான் எனினும் ஒவ்வொரு வரிக்கும் அதைப் புரட்டிப் புரட்டி நோக வேண்டியதில்லை. தவிர அப்பாடல்கள் சுவாரஸ்யமானவை. அதன் பின்னணியில் சொல்லப்படும் கதைகள் அதைவிட சுவாரஸ்யமானவை. சங்கப் பாடல்கள் யாரோ ஒரு தலைவனும் தலைவியும் காதலித்துக்கொண்டவை, பரிசுக்காகப் புலவன் அரசனைப் புகழ்ந்து பாடியவை என்கிற தோற்றத்தால் விலகித் தொலைவில் நிற்பவை. தனிப்பாடல்கள் காலத்தாலும் எளிமையாலும் பளிச்சென்று நாம் வாழ்விற்குப் பக்கத்தில் நிற்கின்றன. சொற்களைக் கொண்டு வித்தை காட்டும் அதன் இன்னொரு தன்மையால் காலப்போக்கில் எனக்குக் கொஞ்சம் சலிப்பு தோன்றிவிட்டது உண்மைதான் என்றாலும், ஆர்வமும் ஒரு புறம் நீடிக்கவே செய்கிறது.

பெருமாள்முருகன், "தனிப்பாடல் எனும் தூண்டில் புழு" என்று ஒரு கட்டுரை எழுதியுள்ளார். அதில் மாணவர்களை இலக்கியத்தின்பால் ஈர்ப்பதற்கான ஒரு திட்டமாகத் தனிப்பாடல்களைப் பயன்படுத்தி வந்ததைக் குறிப்பிடுகிறார்.

"கற்போரின் தமிழன்பை உயர்த்தும் சுவைகளைக் கொண்ட தனிப்பாடல்களைத் தனி ஒரு தாளாகப் பாடத்திட்டத்தில் வைக்க வேண்டும் என்பது என் அவா. அதுவும் இளங்கலைப் படிப்புக்குள் நுழையும் மாணவர்களுக்கு ஐம்பது முதல் நூறு பாடல்களைத் தேர்ந்தெடுத்து முதல் பருவத்திலேயே பாடமாக வைக்க வேண்டும். அவை தமிழ் இலக்கியப் பரப்புக்குள் அவர்கள் ஆனந்தமாக நுழைவதற்குப் பெரிதும் உதவும்"

உ.வே.சா. தனிப்பாடல்களை 'புதையல்' என்று விளித்ததையும் அக்கட்டுரையில் குறிப்பிட்டு எழுது கிறார்.

"அதைப் (தனிப்பாடல் திரட்டு) பார்த்த போது எனக்கு ஏதோ ஒரு பெரிய புதையல் கிடைத்து விட்டதுபோல இருந்தது. பல வகையான கருத்து களும் பலவகையான சாதுரியங்களும் அமைந்த தனிப்பாடல்கள் என் மனத்தைக் கவர்ந்தன. காளமேகப் புலவர் சமயத்துக்கு ஏற்றபடி சாதுரியமாகப் பாடிய பாடல்களைப் படித்துப் படித்து உவப்பேன். அவர் பாடிய சிலேடைகளைச் சொல்லிச் சொல்லி மகிழ்வேன். பலபட்டடைச் சொக்கநாதப் புலவர் செய்யுள்களிலுள்ள பக்தியையும் எளிய நடையையும் கண்டு ஈடுபடுவேன். ஔவையார் முதலியவர்களுடைய பாடல்களின் போக்கிலே என் மனம் லயித்துவிடும். பலவகையான சுவைகள் உள்ள அப்பாடல்களில் ஒவ்வொன்றும் ஒவ்வொரு ரத்தினமாகவே தோன்றியது. ஓய்ந்த நேரங்களிலெல்லாம் அவற்றையே படித்துப் படித்துக் காலம் கழிப்பேன். பிறரிடம் சொல்லிச் சொல்லிப் பாராட்டுவேன். மிக விரைவில் பல பாடல்கள் மனனமாயின. எனது தமிழன்பு அப்பாடல்களால் எவ்வளவோ உயர்ந்துவிட்டது".

வெவ்வேறு புலவர்களின் தனிப்பாடல்களைத் திரட்டி 1862இல் சந்திரசேகர கவிராஜ பண்டிதர் என்பவர் 'தனிப்பாடல் திரட்டு' என்கிற பெயரில் அச்சு நூலாக்கினார். பிறகு அது போல பல

திரட்டுகள் வந்தன. ஒரு தொகுப்பிற்கும் இன்னொரு தொகுப்பிற்கும் பாடல்களிலும், பாடல் வரிகளிலும் வேறுபாடுகள் உள்ளன. புகழ்பெற்ற பல தனிப் பாடல்கள் பிற்காலச் சோழர்களின் காலமான 12ஆம் நூற்றாண்டில் எழுதப்பட்டிருக்கலாம் என்று நம்பப்படுகிறது. கம்பன், ஒட்டக்கூத்தர், புகழேந்தி, பிற்கால ஔவையார் போன்றவர்கள் இக்காலத்தின் கவிகளாகச் சொல்லப்படுகிறார்கள். கம்பனுக்கும் ஔவைக்குமிடையே நிகழ்ந்த சொற்போராகச் சில பாடல்கள் தனிப்பாடல் திரட்டில் இடம்பெற்றுள்ளன. பெருமாள்முருகன் தனிப்பாடல்களின் காலத்தை 16ஆம் நூற்றாண்டும் அதற்குப் பிறகும் என்று வகுக்கிறார். ஔவையின் தனிப்பாடல்கள் குறித்த என் இரண்டு கட்டுரைகளும் புலியூர்க்கேசிகன் தொகுத்த 'ஔவையார் தனிப்பாடல்கள்' நூலைக் கருத்தில் கொண்டவை.

ஔவையின் தனிப்பாடல்களை அறிவுரைகள், கூர்த்த மதி கொண்டு சொல்லப்பட்ட உண்மைகள், அவர் வாழ்வில் நிகழ்ந்ததாகச் சொல்லப்படும் நிகழ்வுகளின்போது பாடப்பட்ட பாடல்கள், இன்றைய முற்போக்காளர்களுக்கு உவக்காத சில வரிகள் என்பதாகத் தொகுக்கலாம். எல்லாப் பாடல்களும் நவீன மனத்தின் நெஞ்சோடு பேசுபவை அல்ல. ஆயினும் கட்டாயம் காதுகளைக் கொஞ்சுபவை. அதனால் வாசிப்பின்பத்தில் குறை வைக்காதவை. "என்றும் கிழியாதென் பாட்டு" என்கிற ஔவையின் வரியை இன்றைய கவியும் கண்ணீர் புரள, நெஞ்சு விம்மிக் கூவ முடியும்.

ஔவை என்கிற பெயரைச் சுற்றி ஆயிரம் கதைகள். அதில் ஒரு கதை இது. ஆதி, பகவன் இருவருக்கும் மகளாக, அவர்கள் ஒரு பாணர் வீட்டில் தங்கியிருந்த போது பிறக்கிறாள் ஔவை. பகவன் அக்குழந்தையை பாணர் வீட்டிலேயே விட்டுவிடச் சொல்கிறான். அன்னை மனம் கலங்குகிறது. அப்போது அக்குழந்தையே ஒரு வெண்பா பாடி அன்னையின் கலக்கத்தைப் போக்குகிறது.

> இட்டமுடன் என் தலையில் இன்னபடி என்றெழுதி
> விட்ட சிவனும் செத்து விட்டானோ – முட்டமுட்டப்
> பஞ்சமே யானாலும் பாரம் அவனுக்கன்னாய்
> நெஞ்சமே அஞ்சாதே நீ. (1)

சிவன் எழுதிய விதி. ஆகவே அவனுக்கேதான் எல்லாப் பொறுப்பும் என்கிறாள். "சிவன் செத்தாலன்றி மண் மேற்செழுமையுண்டு" என்று பாரதி அவ்வளவு அடித்துச் சொல்லும் ஒரு வரி உண்டல்லவா?

சிவன், தலை எழுத்து, பிறந்த குழந்தையின் வெண்பா போன்ற கதைகளை விட்டுவிடுங்கள். எனக்கு இப்பாடலில் "முட்டமுட்டப் பஞ்சமேயானாலும்" என்கிற வரி போதும். "முட்டமுட்ட வருகிற பஞ்சத்தை" எண்ணிப் பாருங்கள். தனிப்பாடல்களை நாம் வாசிக்க வேண்டிய முறை இதுதான்.

கம்பன் சோழனின் வணக்கதிற்குரியவராக இருந்தார். அவரிடம் செல்வமும், புகழும் நிறைந்திருந்தன. அவரைப் பற்றி ஔவை பாடிய பாடலாகச் சொல்லப்படும் பாடல் ஒன்று . . .

விரகர் இருவர் புகழ்ந்திட வேண்டும்
விரல்நிறைய மோதிரங்கள் வேண்டும் – அரையதனில்
பஞ்சேனும் பட்டேனும் வேண்டும் அவர் கவிதை
நஞ்சேனும் வேம்பேனும் நன்று (4)

செல்வம் எல்லாக் காலத்திலும் ஜொலிக்கவே செய்யும். விரகர் வளைய வளைய வருவதும் நிகழவே செய்யும். ஆனால் "நஞ்சென்றும் வேம்பென்"றும் சொல்லவும் சிலர் இருக்கவே செய்வார்கள். அந்தச் சிலரை விழுங்கிவிட முடியவில்லையே என்பதுதான் செல்வத்தின் தீராத வருத்தம். அதிகாரத்தோடு ஒட்டிக்கொண்டே இருப்பது ஒருவித விரகம். அவர் விரகர்.

"ஒவ்வொருவருக்கும் ஒவ்வொன்று எளிது" *(5)* என்று மனிதனின் அகந்தையை நோக்கிப் பாடும் அவள், "எறும்பும் தன் கையாலெண் சாண்" *(38)* என்கிறாள் இன்னொரு பாட்டில்.

வெவ்வேறு அழகுகளை ஒரு பாட்டில் பட்டியலிடு கிறாள். விரதம் இருந்து இளைத்த மேனி ஒரு அழகு; நித்தமும் அள்ளியள்ளிக் கொடுத்து இளைத்துவிட்ட வள்ளல் ஒரு அழகு; கொடிய போர்க்களத்தில் வீரன் வாங்கிய வடுவும் வீழ்ந்துபட்ட வீரர்களுக்கு நடப்படும் நடுகல்லும் அழகானவை; ஆமாம் அழகுதான் என்று நாமும் அவளோடு சேர்ந்து சொல்லுகிறோம். ஔவை இப்பாடலை இப்படித் தொடங்குகிறாள்: "சுரதந்தனில்

இளைத்த தோகை". அதாவது புணர்ச்சி முற்றிய களைப்பில் கிடக்கும் பெண்ணின் அழகு. ஏக்கத்தின் அழகு எல்லோரும் சொல்வதுதான். ஔவை நிறைவின் அழகைச் சொல்கிறாள். ஓய்வின் அழகைச் சொல்கிறாள். இது புதிது.

சுரதந்தனில் இளைத்த தோகை; சுகிர்த
விரதந்தனில் இளைத்த மேனி; – நிரதம்
கொடுத்திளைத்த தாதா; கொடுஞ் சமரிற்பட்ட
வடுத்துளைத்த கல் அபிராமம். (8)

(சுரதம் – புணர்ச்சி, சுகிர்தம் – நன்மை, அபிராமம் – அழகு, நிரதம் – நித்தம், தாதா – வள்ளல்)

அன்பில்லாத பெண்களைக் குறித்துப் பல பாடல்களில் பாடுகிறாள். அன்பில்லாதவள் பெண் அல்ல. அவள் இடும் உணவு உணவல்ல.

...என்பெல்லாம் பற்றி எரிகின்ற தையையோ
அன்பில்லாள் இட்ட அமுது (13)

அதனினுங் கொடிது அன்பிலாப் பெண்டிர்
அதனினுங் கொடிது
இன்புற அவள் கையில் உண்பது தானே (55)

அன்பற்ற உணவின் முன் நின்று "அய்யய்யோ" என்று பதறுகிறாள் பாட்டி! அன்பை ஓரிடத்திலும் சோற்றை இன்னொரு இடத்திலும் பெற்றுக்கொள்ள வேண்டியதுதான். அனைத்தும் ஒரே குடையின் கீழ் கிடைக்க வேண்டும் என்று ஆசைப்பட்டால் ஆகுமா?

அவளுக்கு உணவு வேண்டும். ஆனால் அது பிச்சை போல் அல்ல. உணவு எளிதெனினும் அது விருந்துபோல் வேண்டும்.

... உண்ணீர் உண்ணீரென்று உபசரியார் தம்மனையில்
உண்ணாமை கோடி பெறும்... (41)

பத்தாவிற்கேற்ற பதிவிரதை வாய்க்கவில்லையெனில்
கூறாமல் சந்நியாசம் கொள் (15)

எதிரில் பேசும் மனையாளில் பேய் நன்று (34)

நேசமற்ற பெண் ஔவையின் தனிப்பாடல்களில் வந்துகொண்டே இருக்கிறாள்.

இரந்து நிற்பவன் எது கொடுத்தாலும் வாங்கிக் கொள்வான். அவனுக்கு வேறு வழியில்லை. ஆகவே

எதையாவது கொடுத்து விடக் கூடாது. கொடுப்பவர் தாம் யார், தம் கொடையின் சிறப்பென்ன என்பதை ஆராய்ந்து தர வேண்டும்.

. . . இரப்பவர் என்பெறினும் கொள்வர் கொடுப்பவர்
தாமறிவார் தன்கொடையின் சீர் (29)

கவிஞன் தன் கவிதையைத் தலைக்கு மேல் உயர்த்திக் காண்பிக்கையில் அது வித்யாகர்வமா? அல்லது தன்னிரக்கமா? என்கிற சந்தேகம் எனக்கு எப்போதும் உண்டு. பொருளால் எல்லாவற்றையும் எடைபோடும் ஒரு சமூகத்தில் கவிதையின் இடம் என்ன? அதுவும் பொருளுக்கு இரந்து நின்ற புலவர் மரபில் ஒருவர் தன் பாட்டைத் தானே உச்சிமுகர்கையில் அதில் கொஞ்சம் கண்ணீர் ஒட்டிக்கொள்கிறது. சோழனின் அவையில் அன்று ஔவையும் இருந்தாள். ஒரு துணி வணிகனும் இருந்தான். மன்னன் கவனம் ஔவையின் சொற்களை விடுத்து ஆடைகளின் ஆடம்பரம் மீதே குவிந்துகொண்டிருக்க அப்போது ஔவை பாடிய பாடலென்று கதை சொல்கிறது . . .

நூற்றுப் பத்தாயிரம் பொன்பெரினும் நூற்சீலை
நாற்றிங்கள் நாளுக்குள் நைந்துவிடும் – மாற்றலரைப்
பொன்றப் பொரு தடக்கைப் போர்வேல் அகளங்கா
என்றும் கிழியாதென் பாட்டு! (32)

இப்படி உறுதிபடப் பாடுபவளின் இன்னொரு பாடலில் கேட்கிறது ஒரு சோர்ந்த குரல்.

உப்புக்கும் பாடிப் புளிக்கும் ஒரு கவிதை
ஒப்பிக்கும் என்றன் உளம் (11)

உணவிற்கும் பிறரைச் சார்ந்து வாழ்ந்த நாடோடி வாழ்க்கை என்பதால் உணவின் ருசி இறங்கியுள்ளது ஔவையின் சொற்களில்.

வெய்தாய் நறுவிதாய் வேண்டளவும் தின்பதாய்
நெய்தான் அளாவி நிறம் பசந்து – பொய்யா
அடகென்று சொல்லி அமுதத்தை இட்டார்
கடகஞ் செறியாதோ கைக்கு (20)

பொய்யாகக் கீரை என்று சொல்லி அமுதத்தை இட்டு விட்டார்களாம்!

“முரமுரெனவே புளித்த மோரும்” என்று எழுத சொற்கள் இருந்தால் மட்டும் போதாது. பசியும், பசியில் எழும் ருசியும் இருந்தாக வேண்டும். *(33)*

ஓயாத அறிவுரைகள் முழங்கும் இடத்தில் கசப்பு திரண்டு எழுவதும் இயல்புதானே?

'வாழ்விலாச் சங்கடத்தில் சாதலே நன்று' *(34)*

சாவு அதுவாய் வரட்டும் பாட்டி. அதுவரை சங்கடத்தில் உறங்கி சங்கடத்தில் விழிக்கிறேன். சங்கடத்தில் உழல்கிறேன். பாவம் உன் தெய்வம்! தொடர்க அதன் திட்டம்! பாதியிலேயே ஆட்டத்திலிருந்து விலகிக்கொண்டால் அது ஏமாந்து போகாதா என்ன?

மனிதன் அறிவுரைக்குள்தான் பிறக்கிறான். செவிலியும் அன்னையும் அவனை அறிவுரையோடுதான் பூமிக்கு எடுத்து வருகிறார்கள். அவனுக்கு நன்று தெரியும், தீது புரியும். தெரிந்தால் அதில் சென்றுவிட முடியுமா என்ன? அவனுக்கு நன்றாகப் புரிகிறது. அதனால்தான் அவ்வளவு வேகமாகத் தலையாட்டுகிறான். துளி கூடச் சந்தேகம் வேண்டாம், தலையாட்டும் கணத்தில் "செந்நெறிச் செல்வன்"தான் அவன். கர்த்தரின் கூடாரத்திற்கு வெளியே பிசாசு தயார் நிலையில் காத்திருக்கிறது. அது ஏன் அங்கு குந்தியிருக்கிறது? அதன் பணியிடம் அதுதான். அதனால் அங்கு அமர்ந்திருக்கிறது. பிசாசு, பிசாசை அழைத்துச் சென்றுவிடுகிறது.

> காலையிலொன்றாவார் கடும்பகலில் லொன்றாவார்
> மாலையிலொன்றாவார் மனிதரெல்லாம்... (37)

அ. முத்துலிங்கம் எனக்குப் பிடித்த சிறுகதையாசிரியர். அவர் 'ஒரு மணி நேரத்திற்கு முன்பு' என்று ஒரு கதை எழுதியுள்ளார். அந்தக் கதையைக் குறித்து நான் ஒரு தனிக்கட்டுரையே எழுதியுள்ளேன். அந்தக் கதையின் நெற்றியில் மேற்காணும் கவிதை வரிகளைத் தயக்கமின்றிப் பொறித்துவிடலாம்.

"வருந்தினர்க் கொன்றீயாதான் வாழ்க்கை"யும், "தளர்ந்தோர்க் கொன்றீயாதான் தன"மும் எப்படி நாசமாகும் என்பதைத் திரும்பத் திரும்பத் தன் பாடல்களில் பாடுகிறாள். *(51, 43)*

இல்லறத்தில் இணையும் இருவரை யார் சேர்த்து வைப்பது? முன்பு புரோக்கர், இன்று மேட்ரிமோனியல்கள் என்று சொல்லாதீர்! இது தத்துவார்த்தமான கேள்வி. திருமணங்கள் சொர்க்கத்தில்

நிச்சயிக்கப்படுகின்றன என்றும், இன்னார்க்கு இன்னாரென்று இறைவன் எழுதியுள்ளான் என்றும் சொல்லப்படுகிறது. எழுதும் போது வேண்டுமென்றே ஏறுமாறாக எழுதிவிடுகிறான். சண்டைக் காட்சிகளை வேடிக்கை பார்க்க யாருக்குத்தான் பிடிக்காது. வீட்டில் ஆபாசக் கூச்சல்கள் எழுகின்றன. இரத்தம் சிந்துகிறது. கொலை விழுகிறது. படைத்தவன் "ஹை. ஜாலி" என்று குதூகலிக்கிறான். அவன் தலையைத் திருகி எறிய வேண்டும் என்கிறாள் ஔவை. வற்றல் மரம் போல் வறண்டிருக்கும், உறுதியற்ற, அன்பற்ற ஒருவனுக்கு மானைப் போன்ற ஒருத்தியை இணையாகச் சேர்த்து வைத்த பிரம்மனின் நான்கு தலைகளையும் கிள்ளி எறிய வேண்டும் என்று ஆவேசம் கொள்கிறாள். பிரம்மனின் ஒரு தலை ஏற்கெனவே சிவபெருமானால் அறுக்கப்பட்டுவிட்டது என்கிறது புராணக் கதை.

> அற்றதலை போக அறாததலை நான்கினையும்
> பற்றித் திருகிப் பறியேனோ – வற்றன்
> மரமனையானுக்கு இந்த மானை வகுத்த
> பிரமனை யான் காணப்பெறின் (14)

வீட்டை நரகம் என்று தூற்றும் எல்லோராலும் அதைவிட்டுவிட்டு ஓடிவிட முடிவதில்லை. ஒருவருக் கொருவர் குமட்டிக்கொண்டு கூடவே வாழ்ந்து வருகிறார்கள்.

வாழ்வின் உறுதிப்பொருள்களாகச் சொல்லப்படும் நான்கினையும் ஒரு பாட்டில் வைத்துப் பாடுகிறாள்...

> ஈதலறம், தீவினை விட்டீட்டல் பொருள், எஞ்ஞான்றும்
> காதலிருவர் கருத்தொருமித் – தாதரவு
> பட்டதே இன்பம், பரனை நினைந்து இம்மூன்றும்
> விட்டதே பேரின்ப வீடு. (62)

தீவினையை விட்டு ஈட்டல்தான் பொருள் என்கிறாள். நவீன மனிதன் கொஞ்சம் தயங்கி நிற்கும் ஒரு இடம்.

நம் உறவு ஒன்று மரணிக்கையில் அதோடு சேர்த்து நம்முடைய ஒன்றும் மடிகிறது.

> தாயொடு அறுசுவைபோம் தந்தையொடு கல்விபோம்
> சேயோடு தான்பெற்ற செல்வம் போம் – மாயவாழ்வு
> உற்றாருடன் போம் உடன்பிறப்பால் தோள்வலிபோம்
> பொற்றாலியோ டெவையும் போம். (63)

முருகனின் வினாக்களுக்கு ஔவை பாடியதாகச் சொல்லப்படும் பாடல்கள் திரைப்பாடலாகப் பிரபல மானவை. கே.பி. சுந்தராம்பாள் தானே கண்டறிந்த உண்மைகள் என்பது போல அவ்வளவு உறுதியாக அதைத் திரையில் பாடிவைத்தார். ஔவையின் கொடியது, இனியது, பெரியது, அரியது ஆகியவற்றோடு தன் பங்கிற்கு 'புதியது' என்கிற ஒன்றையும் சேர்த்து அதை அழியாக் காவியமாக்கினார் கண்ணதாசன்.

"பெரியது" எது என்கிற முருகனின் கேள்விக்கு ஔவையின் பதில் "இறை அடியார்களின் உள்ளம்" என்பதுதான். சாதாரண விடைபோல் தொனிக்கும் இந்த விடையைச் சொல்ல அவள் மேற்கொள்ளும் பயணம் ஆச்சரியமானது. எதையோ தொட்டு, எதையோ பிடித்து, எங்கோ உதைத்து, எங்கெங்கோ பறந்துவிட்டுப் பத்திரமாகத் தன் விடையுள் தரையிறங்குகிறாள். ஒவ்வொரு முறை இந்தப் பாடலைக் கேட்கும் போதும், முதல்முறை அஞ்சியது போலவே "பார்த்து . . . பார்த்து . . ." என்று பதறுகிறேன்.

பெரியது கேட்கின் எரிதவழ் வேலோய்
பெரிது பெரிது புவனம் பெரிது
புவனமோ நான்முகன் படைப்பு
நான்முகன் கரியமால் உந்தியில் வந்தோன்
கரிய மாலோ அலைகடல் துயின்றோன்
அலைகடல் குறுமுனி அங்கையில் அடக்கம்
குறுமுனியோ கலசத்திற் பிறந்தோன்
கலசமோ புவியிற் சிறுமண்
புவியோ அரவினுக்கு ஒரு தலைப்பாரம்
அரவோ உமையவள் சிறுவிரல் மோதிரம்
உமையோ இறைவர் பாகத்தொடுக்கம்
இறைவரோ தொண்டர் உள்ளத் தொடுக்கம்
தொண்டர் தம் பெருமை சொல்லவும் பெரிதே (57)

உலகிலேயே பெரியது என்று மெச்சப்படும் தொண்டர் உள்ளத்தோடுதான் இறைவன் அடிக்கடி விளையாடுகிறார். சமயங்களில் அதைச் சுக்கு நூறாகக் கிழித்தெறிந்தும் விடுகிறார்.

"இனிது" எதுவெனில்

"அதனினும் இனிது அறிவினர் சேர்தல்" (56)
என்கிறாள்

"கொடிது கொடிது வறுமை கொடிது" என்பது எல்லோரும் அறிந்ததே. "அதனினும் கொடிது இளமையில் வறுமை" என்று சொல்லத்தான் வாழ்வறிந்த ஒரு கவி வேண்டியுள்ளார். பள்ளியில் முதல் மதிப்பெண் பெற்றுத் தேர்வாகி, கல்லூரிக் காலத்தில் ஒரு ஜோடி பூட்ஸ் வாங்கித் தரவில்லை என்பதற்காகப் படிப்பை விட்டே ஓடி வந்துவிட்ட ஒருவனை எனக்குத் தெரியும். அது வெறும் பூட்ஸ் பிரச்சினைதானா என்பது அவன் மட்டுமே அறிந்தது. பின்னாளில் அவனைப் பெருங்குடிகாரனாகப் பார்த்தேன். இளமை பறப்பது. ஆனால் அது ஊன்றியெழக் காலடி நிலம் வேண்டுமல்லவா?

மதம் பிறவியைப் பிணி என்று திரும்பத் திரும்பப் பேசுகிறது. பிறப்பே பாவம் என்கிறது. மாயப்பிறப்பறுக்க வேண்டி இறைவனிடம் மன்றாடுகிறது. நம் பாட்டி பாடுகிறாள் . . .

அரிது அரிது மானிடராதல் அரிது (58)

பெண்ணைத் துரும்பாக்குவது எப்படி?

அரசிளங்குமரியொருத்தி இளைஞன் ஒருவன்மேல் காதல் கொள்கிறாள். அவனை இரவில் ஊருக்குப் புறத்தே உள்ள மண்டபத்தில் காத்திருக்குமாறு எழுதி ஓலை அனுப்புகிறாள். இளைஞனோ எழுத்தறிவற்றவன். அவன் அந்த ஓலையைக் கொண்டுபோய் ஒரு கயவனிடம் காட்டுகிறான். உன் உயிருக்கு பெரிய ஆபத்திருக்கிறது. உடனே ஊரைவிட்டுப் போய்விடும்படி அதில் எழுதியுள்ளதாகக் கயவன் பொய்யுரைக்கிறான். இளைஞன் அஞ்சி நடுங்கி ஊரைவிட்டு ஓடி விடுகிறான். கயவன் இளைஞனின் வேடமணிந்து இரவில் இளவரசியை அனுபவித்துவிடுகிறான். உண்மை அறியவருகையில் இளவரசி தற்கொலை செய்துகொள்கிறாள். பின் அவள் பேயாகி அந்த மண்டபத்திலேயே இருந்து, அவ்வழியே செல்வோரைத் தாக்கத் தொடங்குகிறாள். அப்படி ஔவையாரையும் தாக்க, அவளைப் பார்த்து ஔவை பாடியதாகச் சில பாடல்கள் தனிப்பாடலில் உள்ளன. கல்வியறிவை வலியுறுத்தி, ஈகையை வலியுறுத்தி, உழைப்பை வலியுறுத்தி,

இல்லறத்தை வலியுறுத்தி பாடல்கள் பாடுகிறார். கற்றோர் கயவர்களாக இருப்பது கதையும் வரலாறும் ஆகும்.

சில பாடல்களை வாசிக்கையில் இது ஔவை பாடியதா என்கிற சந்தேகம் எழுவதைத் தவிர்க்க இயலவில்லை.

> கூசி நிலை நில்லாக் குலக்கொடியும் கூசிய
> வேசியும் கெடும் (65)

என்கிறது ஒரு பாடல் வரி. குலக்கொடி கூசி தன் கற்பில் நிலைத்து நிற்கவில்லையென்றாலும், வேசி கூசி நின்றாலும் கெட்டொழிவார்கள் என்பது கருத்து. கடைசி வரியில் உண்மை இருக்கிறது. ஆனால் இவ்வளவு அறிவுரைகளை வாரி வாரி வழங்கிய வாயிலிருந்து வந்த சொல் என்பதை நம்ப மறுக்கிறது மனம். கவிகளுக்குச் சமயங்களில் சத்தம் ஜம்மென்று விழுந்து விட்டால் போதும். மனம் அதில் மயங்கி விடும். "கூசிய வேசியின்" சத்தத்தில் ஔவையும் மயங்கியிருக்கலாம். அவ்வரியில் 'முரண்' என்னும் இன்னொரு மயக்கமும் தொழிற்பட்டிருக்கிறது.

ஆகும் காலம் என்று ஒன்று வந்துவிட்டால் மனிதனுக்கு எல்லாச் செல்வங்களும் தேங்காயுள் இளநீர் சேர்வதுபோல வருத்தமின்றி வந்து சேரும். போகும் காலம் வந்துவிட்டாலோ, யானை உண்ட விளாங்கனிபோல போனதே தெரியாமல் போய்விடும்.

> ஆங்காலம் மெய்வருந்த வேண்டாம் அஃதே தென்னில்
> தேங்காய்க் கிளநீர்போற் சேருமே – போங்காலம்
> காட்டானை யுண்ட கனியதுபோல் ஆகுமே
> தாட்டாளன் தேடும் தனம் (69)

விளாங்கனிக்கு ஒரு நோய் வருமாம் அதன் பெயரே 'யானை'. மேலுள்ள ஓடு அப்படியே இருக்க உள்ளே எதுமே இல்லாமல் போய்விடுமாம்.

'நிந்தாஸ்துதி' என்பது இறைவனை நிந்தனையில் துதிப்பது. காளமேகம் நிந்தாஸ்துதி பாடுவதில் வல்லவர். கடவுளே கையெடுத்துக் கும்பிட்டு நீ துதிக்கவே வேண்டாம் என்று கெஞ்சிடும் அளவு பாடுபவர். நிந்தாஸ்துதி எப்படி வந்திருக்கும்? புகழ்ந்து ஒரு பயனும் இல்லாத எரிச்சலிலிருந்து எழுந்து வந்ததா? வெளிப்படுத்த முடியாத கடவுள் வெறுப்பு வேறு

வேடம் புனைந்து வந்ததா? நாயக, நாயகி பாவங்கள் சலித்துப்போன யாரோ ஒருவர் தொடங்கிவைத்த தோழமை பாவமா அது? விளையாட்டில்லாத தோழமை ஏது?

ஔவையும் நன்னிலத்து ஈசன் மேல் ஒரு நிந்தாஸ்துதி பாடியுள்ளார். அதில் விளையாட்டுண்டு. ஆனால் முழு விளையாட்டல்ல. அதன் கடைசி வரியில் ஔவை ஔவையாகி விடுகிறாள்.

மேற்பார்க்க மைந்தரும் மூவா எருதும் விளங்கு கங்கை
நீர்பாய்ச்சலும் நன்னிலமும் உண்டாகியும் நின்னிடத்தில்
பாற்பாக்கியவதி நீங்காதிருந்தும் பலிக்குழன்றாய்
ஏற்பார்க்கு இடாமலன்றோ பெருங்கோயில்
இறையவனே! (72)

உழவுத் தொழிலை மேற்பார்க்க உனக்கு இரண்டு பிள்ளைகள் உண்டு. ஏர்பூட்ட காளை உண்டு. பயிர்களைச் செழிக்க வைக்கும் கங்கையும் உன் வசம் உண்டு. உலகிற்கே அமுதூட்டும் உமையவளும் உன்னில் பாதியாகக் கூடவே இருக்கிறாள். இவ்வளவு இருந்தும் நீ பிச்சையேற்று அலைந்தது ஏன் தெரியுமா? இரப்போர்க்கு இல்லையென்று மறுத்துவிடும் உன் இரக்கமின்மையால்தான்.

கடவுளின் முன் மனிதனின் மன்றாட்டங்கள் அநேகம். கையேந்தி, முழந்தாளிட்டு, தாரை தாரையாய்க் கண்ணீர் வடித்து, உருண்டு, பிரண்டு, உயிரை வருத்தி, ஊனைச் சிதைத்து... சமயங்களில் எதற்குமே இரங்குவதில்லை இறை. நாக்கை அறுத்து உண்டியலில் இடும்போதும் எதுவும் பேசுவதில்லை அது.

உங்களுக்கு 'தலைக்குறை கமலம்' தெரியுமா? கமலத்தின் தலையெழுத்தை நீக்கிவிட்டால் கிடைப்பது.

இலக்கணக் கவிஞர் சொல் இன்பம் தேடுவர்
மலக்கு சொற் தேடுவர் வன்கணாளர்கள்
நிலத்துறுங் கமலத்தை நேரும் வண்டது ஈ
தலைக்குறை கமலத்தைச் சாரும் தன்மை போல் (84)

வண்டு அழகிய கமலத்தையே நாடிச்செல்லும். ஈயோ தலைக்குறை கமலத்தில்தான் எப்போதும் சென்று அமரும். அப்படித்தான் இலக்கணம் கற்ற கவிகள் இனிய சொற்களைத் தேடுவதும், மூடன் கலக்கமூட்டும் சொற்களையே நாடிச் செல்வதும்.

ஔவைக்கு அதியமான் நெல்லிக்கனி அளித்த கதை சங்கப் பாடல்களில் உண்டு. இந்த ஔவையும் அதியன் நெல்லிக்கனி அளித்ததை ஒரு பாட்டில் பாடியுள்ளார். கொடிய எமனின் நாக்கை அறுத்துப் போட்டாய் உன் கொடை குணத்தால் என்கிறார்.

வாளதிகா! வன்கூற்றின் நாவை
அறுப்பித்தாய் ஆமலகம் தந்து (90)

(ஆமலகம் – நெல்லிக்கனி)

இறைவனை வழிபடத் தாய்மொழியே உகந்தது என்று ஔவை வற்புறுத்தும் பாடலொன்றும் தனிப்பாடலில் காண கிடைக்கிறது. (80)

முழுமையெல்லாம் முழுமையல்ல. அழகெல்லாம் அழகல்ல. முழுமைபோல் தெரிவது சமயங்களில் குறை. குறைபோல் தோன்றுவது சமயங்களில் குணம். ஒன்றுமில்லாத இடத்தில் நிறைந்திருக்கும் ஒன்றைக் காட்டுகிறாள் ஔவை.

ஒரு உலோபியின் வாழை இனித்துப் பழுத்து நிற்கிறது. திருக்குடந்தையில் வாழும் மருதன் என்பவனின் வாழையைப் பாருங்கள்! அதில் இலையுமில்லை, பூவுமில்லை, காயுமில்லை.

திருத்தங்கி தன்வாழை தேம்பழுத்து நிற்கும்
மருத்தன் திருக்குடந்தை வாழை – குருத்தும்
இலையுமிலை பூவுமிலை காயுமிலை என்றும்
உலகில் வருவிருந்தோடு உண்டு. (91)

ஒருவரைப் புகழ்பாடிப் பரிசில் பெற்று வாழும் புலவர் வாழ்வில் பொய் பேசத்தான் வேண்டியிருக்கும். பசி வந்தால் யாவும் பறந்துபோய்விடும். உண்மை, நேர்மை, உறுதி எதுவும் அதன் முன் நிற்காது. தகுதியற்ற ஒருவனைப் பாட மாட்டேன் என்று ஒரு பாடலில் கர்வம் காட்டும் ஔவை, இன்னொரு பாடலிலோ தன் தவறுகளாகப் பலவற்றைப் பட்டியலிடுகிறாள். ஒருவர் தன் நெஞ்சிற்கு மறைந்து எங்கு போய் ஒளிந்துகொள்ள முடியும்?

கல்லாத ஒருவனை யான் கற்றாய் என்றேன்
காடேறித் திரிவானை நாடா என்றேன்
பொல்லாத ஒருவனை யான் நல்லாய் என்றேன்
போர் முகத்துக் கோழையை யான் புலியே றென்றேன்
மல்லாரும் புயமென்றேன் தேம்பற் தோளை

இசை

வழங்காத கையனை யான் வள்ளால் என்றேன்
இல்லாது சொன்னேனுக்கு இல்லை என்றான்
யானும் என்றன் குற்றத்தால் ஏகின்றேனே! (106)

அவனிடம் இல்லாத பலவற்றையும் நான் அவன்மேல் ஏற்றிப் பாடினேன் எல்லாவற்றையும் கேட்டுவிட்டு அவனும் 'இல்லை' என்று சொல்லி, என்னைத் திருப்பி அனுப்பிவிட்டான்.

பொய்யிற்கும் புலவருக்குமான உறவை ஔவையே ஒரு பாடலில் பாடுகிறார்.

பொய் ஆயத்துறையில் பிறக்கிறது. அந்தணர் பால் குடித்து அது வளரத் தொடங்குகிறது. மாயக்கண் வேசையிடம் மேலும் வளர்கிறது. வண்ணாரிடம் போய் மேலும் வளர்ந்து, புலவரின் நாவில் அது தொடர்ந்து வளர்கிறது. செட்டியிடம் வெகுகாலம் வளர்ந்துவிட்டு, பிறகு அக்கசாலையில் போய் புகுந்து கொள்கிறாள் பொய்மகள்.

அக்கசாலை என்பதற்கு உலோக வேலைகள் செய்யும் இடம், பொன் வேலை செய்யும் இடம், தானிய சாலை, மருத்துவமனை, நாணயச் சாலை என்று பல்வேறு பொருள்களைச் சொல்கிறது அகராதி. பொய் இல்லாத இடமில்லை என்பதால் எல்லாமும் பொருந்திப்போகின்றன.

"ஆயத் துறைப்பிறந்து அந்தணர் பால்குடித்து
ஐயிருநாள்
மாயக்கண் வேசையிடத்தே வளர்ந்து
வண்ணானொரு நாள்
ஏய புலவரிடத் தெட்டுநாள் செட்டி ஏன் என்றபின்
போய் அக்கசாலை புகுந்தனள் காண் அந்தப்
பொய் மகளே". (103)

'ஐவேல் அசதி' என்கிற வள்ளலைப் போற்றிச் சில பாடல்களைப் பாடியுள்ளாள். அவனது நிலத்தில் நிகழும் காதல் காட்சிகளாக அவை விரிகின்றன. ஒரு தாய் 'உடன் போக்கு' போன தன் மகள் நடந்து சென்ற பாதையின் கொடுமையை எண்ணி வருந்திப் பாடுவதாக அமைந்துள்ளது ஒரு பாடல்.

அற்றாரைத் தாங்கிய வைவேல் அசதி அணிவரைமேல்
முற்றா முகிழ்முலை யெவ்வாறு சென்றனள்
முத்தமிழ் நூல்

கற்றார் பிரிவுங், கல்லாதவர் ஈட்டமும்,
கைப்பொருள்கள்
அற்றார் இளமையும், போலே கொதிக்கும்
அருஞ்சுரமே (92)

கதியற்றவர்களைத் தாங்கிப் பேணும் அசதியின் மலைமேல் வாழும் முகிழ் முலையுடைய எம் இளமகள், ஐயோ! இந்தப் பாலை வழியிலா நடந்து சென்றாள்? இது கற்றறிந்த சான்றோரின் பிரிவைப் போல, கல்லாத மூடர்களின் பெருக்கம்போல, கைப்பொருள்கள் ஒன்றுமற்ற இளமையைப் போலக் கொதியாய்க் கொதிக்கிறதே?

இந்தக் கவிதை "செஞ்சுவச்ச செட்டப் வீடு போல்" இருக்கிறதல்லவா? ஆமாம், அப்படித்தான் இருக்கிறது. ஆனால் எவ்வளவு அழகாகச் செய்துவைத்துவிட்டாள்!

ஒரு காதலி காதலனோடு ஊடிக்கொண்டு அவனுக்கு முதுகு காட்டிப் படுத்திருக்கிறாள். புணர்ச்சி ஆவலில் தகிக்கும் காதலன் அவள் ஊடல் தீர்க்கப் பாடியது . . .

அறங்காட்டிய கரத்து ஐவேல் அசதி அகன் சிலம்பில்
நிறங்காட்டுங் கஞ்சத் திருவனையீர் முக நீண்ட
குமிழ்த்
திறங்காட்டும் வேலும் சிலையும் கொல்யானையும்
தேருங்கொண்டு
புறங்காட்டவும் தகுமோ சிலைக்காமன் தன்
பூசலிலே? (96)

(நிறம் – முதுகு, கஞ்சத் திருவனையீர் – தாமரையில் தங்கியிருக்கும் திருமகளைப் போன்ற முக வடிவுடையவளே)

உன்னிடம் என்ன இல்லை? கண்ணில் வேல் இருக்கிறது. புருவத்தில் வில் இருக்கிறது. முலைகளில் கொல்லும் யானை இருக்கிறது. அல்குலில் தேர் இருக்கிறது. இவ்வளவு இருந்தும் இந்தக் காமனின் பூசலில் தோற்று நீ புறமுதுகு காட்டுவது தகுமோ?

யார் யாருக்கு எது எது துரும்பு என்று ஒரு பாடலில் பாடுகிறாள் . . .

போந்த ஊதாரனுக்குப் பொன் துரும்பு சூரனுக்குச்
சேர்ந்த மரணம் சிறுதுரும்பு – ஆய்ந்த
அறவோர்க்கு நாரியரும் துரும்பாம் இல்லத்
துறவோர்க்கு வேந்தன் துரும்பு (64)

வள்ளலுக்குப் பொன் துரும்பு. வீரனுக்கு மரணம் சிறு துரும்பு. இல்லறத்தைத் துறந்துவிட்ட துறவிக்கு நாடாளும் வேந்தனும் துரும்பு. ஆயந்து தெளிந்த அறவோர்க்கு அழகிய பெண்கூடத் துரும்புதான்.

கடவுளே! நீர் மட்டும் என்னை ஒரு "ஆய்ந்த அறவோ"னாகப் படைத்திருந்தால், அந்த மன்மதனை நான் விரட்டி விரட்டிக் கொன்றிருக்க மாட்டேனா?

கட்டுரையின் தலைப்பை வாசித்துவிட்டு, கடைசியில் நமக்கும் ஒரு நல்வழி கிடைத்துவிட்டது என்கிற நம்பிக்கையோடு, இதுவரையும் வந்துவிட்ட வாசகா! வந்த வழியே திரும்பிச் செல்!

பக்திப் பாடல்கள்

ஔவைக் குறள் – மாதூ வெளி

'ஔவைக் குறள்' என்னும் நூல் 310 குறள் வெண்பாக்களால் ஆனது. உருவில் திருக்குறளின் வடிவிலும், உள்ளடக்கத்தில் திருமந்திரத்தின் தன்மையிலும் இருப்பது. வீட்டுநெறிப்பால், திருவருட்பால், தன்பால் என்று முப்பால்களாக இது பிரிக்கப்பட்டுள்ளது. இந்நூல் 14ஆம் நூற்றாண்டைச் சேர்ந்ததென்றும், இதையும் 'விநாயகர் அகவல்' என்கிற நூலையும் யாத்தவர் ஒரே ஔவை என்றும் நம்பப்படுகிறது. இவர் 'பக்தி ஔவை' என்று குறிக்கப்படுகிறார்.

அறிஞர் தாயம்மாள் இந்நூலை யாரோ எழுதி ஔவையின் பெயரில் உலவவிட்டிருக்கலாம் என்று தன் சந்தேகத்தை வெளிப்படுத்தியுள்ளார். ஔவையின் பிற நூல்களிலிருந்து வேறுபட்டு இதில் வெளிப்படும் ஆழமான தத்துவ விசாரங்களைக் கருத்தில் கொண்டால் அவரது சந்தேகம் நியாயமானதே. ஆனால் ஔவைகள் பலப்பலர் எனும்போதும், அதில் ஒன்றிருவர் ஆண்களாகவும் இருக்கலாம் எனும்

போதும், ஔவையின் பெயரில் காணக் கிடைப்ப தெல்லாம் ஏதோ ஒரு ஔவையுடையது தானே?

இது ‘ஞானக்குறள்’ என்றும் வழங்கப்படுகிறது. பேசுவதும் ஞானத்தைத்தான். சைவ சித்தாந்த யோக மரபுகளில் எனக்கு ஆழங்கால் பட்ட அறிவு இல்லை. ஆகவே நான் இந்த வெண்பாக்களை விளக்க இயலாது. அதில் ஆர்வமுடைய வாசகர்களுக்கு நிச்சயம் இந்நூல் பயனுடையதாக இருக்கும். ஓசை, ஸ்பரிசம், உருவம், சுவை, மணம் என்பவை மனதை மாசுபடுத்தும் சேறு என்கிறது இக்குறள்.

ஏன் பிடித்ததென்றே தெரியாத சில வெண்பாக் களையும், இந்நூலின் தன்மையை உணர்த்தும் சில வெண்பாக்களையும் வரிகள் விளங்கும்படி அசை பிரித்துக் கீழே தந்துள்ளேன்.

3. ஓசை பரிசம் உருவஞ் சுவை நாற்ற
மாசை படுத்து மளறு.

16. மாசற்ற கொள்கை மனத்தில் அடைந்தக்கால்
ஈசனைக் காட்டு முடம்பு.

21. கற்கலாங் கேட்கலாங் கண்ணாரக் காணலா
முற்றுடம்பால் ஆய உணர்வு.

22. வெள்ளி பொன் மேனிய தொக்கும் வினையுடைய
உள்ளுடம்பினாய வொளி.

55. உந்தியினுள்ளே யொருங்கச் சுடர்பாய்ச்சி
அந்தி அழலுருவமாம்.

65. ஊறுமமிர்தத்தை உண்டியுறப் பார்க்கில்
கூறும் பிறப்பறுக்கலாம்.

77. பிண்டதினுள்ளே பேரா திறைவனைக்
கண்டுதான் அர்ச்சிக்கு மாறு.

88. ஞானத்தாலாய உடம்பின் பயனன்றே
மோனத்தாலாய உணர்வு.

93. அன்பால் அழுது அலறியும் ஆள்வானை
என்புருகி உள்ளே நினை.

98. ஈசனெனக் கருதி எல்லா உயிர்களையும்
நேசத்தால் நீ நினைந்து கொள்.

112. குண்டலியின் உள்ளே குறித்தரனைச் சிந்தித்து
மண்டலங்கள் மேலாகப் பார்.

120. வேண்டுவோர் வேண்டும் வகைதான்
 விரிந்தெங்கும்
 காண்டற் கரிதாஞ் சிவம்.

141. எள்ளகத்து எண்ணெய் இருந்ததனை யொக்குமே
 உள்ளகத் தீச னொளி.

154. தனக்கோர் உருவில்லை தானெங்கு மாகி
 மனத்தகமாய் நிற்கும் அது.

178. மருளன்றி மாசறுக்கின் மாதூ வெளியாய்
 இருளின்றி நிற்கு மிடம்.

187. மின்மினி போன்ற விளக்காகத் தான்தோன்றில்
 அன்னப் பறவையே யாம்.

202. சிந்தை சிவமாகக் காண்பவர் சிந்தையில்
 சிந்தித் திருக்குஞ் சிவம்.

222. கரையற்ற செல்வத்தைக் காணுங் காலத்தில்
 உரையற்று இருப்பது உணர்வு.

298. அண்டத்திலும் இந்தவாறு என்று அறிந்திடு
 பிண்டத்திலும் அதுவே பேசு.

"நட்ட கல்லை தெய்வமென்று நாலு புஷ்பம் சாத்தியே" என்பது ஓர் உண்மையெனில் ஒவ்வொரு கல்லிலும் ஒவ்வொரு தெய்வம் என்பதும் இன்னொரு உண்மை. இந்த இரண்டு உண்மைகளையும் திருமந்திரமும் திருமந்திரத்தின் சுருக்கம் என்றே சொல்லப்படும் ஔவைக் குறளும் வலியுறுத்துகின்றன என்று நினைக்கிறேன்.

விநாயகர் அகவல்:
உவட்டா உபதேசம்

விநாயகர் கண்ணைக் கெடுக்கிற கடவுள் போல் தெரியவில்லை. அவரிடம் ஒரு 'சிநேக பாவம்' உண்டு. குழந்தைகளுக்கு அவர் யானையின் குதூகலம். மஞ்சளைக் கெட்டிப் பிடித்தாலும், சாணியை உருண்டை பிடித்தாலும் உடனே அதில் எழுந்தருளிவிடும் அளவு அன்பர். ஒரு அரசமரத்தடி போதும் எனும் அளவு எளியர்.

கிராமத்து விநாயகர் கோயில்களில் தெய்வ அச்சம் இருப்பதில்லை. அங்கு தாயம் உருட்டி விளையாடுவார்கள். வழிப்போக்கர்கள் ஓய்வெடுப்பார்கள். என் வீட்டருகே உள்ள விநாயகர் கோயிலில் பெரிய மேடை உண்டு. பால்யத்தில் அங்கு ஒளிந்து பிடித்து விளையாடியதுண்டு. இரவு உணவிற்குப் பிறகு குடும்பஸ்தர்கள் அமர்ந்துகொண்டு அடுத்து யார் குடியைக் கெடுக்கலாம் என்பது குறித்து தீவிரமாக ஆலோசிப்பார்கள். வேலை வெட்டிக்குப் போகாத இளைஞர்களுக்கும் அவரே அடைக்கலம். நாய்கள் சில உறங்கிக் கிடக்கும். பின்புறத்தில் அவ்வப்போது மதுப்புட்டிகளும் கிடப்பதுண்டு. அரசு அறிவிக்கும் இலவசங்களுக்கான டோக்கன் விநியோகிக்கும் இடமும்

அதுதான். பாவம், ஆளைப் பார்த்தால் 'வெவ்வினையை வேரறுக்கும்' வேலைக்கு அவர் ஒத்துவருவார் என்று தோன்றவில்லை. ஆனால் சீர்காழி கோவிந்தராஜன் அறுத்துத்தான் ஆக வேண்டும் என்று அப்படி மிரட்டுவார்!

"விநாயகர் அகவல்" 72 அடிகளால் ஆன சிறிய நூல். 'ஔவைக் குறள்' அளவு விஸ்தாரமாக இல்லையெனினும் இது வலியுறுத்துவதும் யோகத்தைத்தான். திருமந்திரம், ஔவைக் குறள், விநாயகர் அகவல் மூன்றையும் இதன் பொருட்டு அருகருகே வைத்து வாசிக்கலாம்.

குண்டலினி என்கிற மூலாதார சக்தி, அதை எழுப்பப் பயன்படும் 'அசபை' என்னும் சொல்லற்ற மந்திரம் போன்ற யோக சாஸ்திர விளக்கங்கள் விநாயகர் அகவலில் பாடப்படுகின்றன.

குண்டலியதனில் கூடிய அசபை
விண்டெழு மந்திரம் வெளிப்பட உரைத்து
மூலாதாரத்தின் மூண்டெழு கனலைக்
காலால் எழுப்பும் கருத்தறிவித்தே...

(கால் – காற்று)

"வாக்கும், மனமும் இல்லா மனோ லயம்" என்கிற வரி எனக்குப் பிடித்திருக்கிறது. அந்த நிச்சலன அழகு எனக்கு விளங்குகிறது. ஆயினும் 'காச்சும் மூச்சும்' நிற்கிறதா என்ன? சாக்காடு போன்ற உறக்கத்திலும்கூட அவை சாவதில்லை.

முன்பே சொன்னதுபோல் யோக சாஸ்திரங்களை யெல்லாம் விளக்க என்னால் ஆகாது. அதில் ஆர்வமுள்ளோருக்கானதே இந்நூலும்.

நூலில் "உவட்டா உபதேசம்" என்கிற சொற்கட்டு வருகிறது. உவட்டும் உபதேசம் காதிலேயே நுழையாதல்லவா? ஆகையால் அவ்வரி கவனம் ஈர்த்தது.

'விநாயகர் அகவல்' ஒலி வடிவிலும் கிடைக்கிறது. சீர்காழி கோவிந்தராஜன், டி.எல். மகராஜன் போன்ற பாடகர்கள் பாடியுள்ளார்கள்.

...... வாடாவகைதான் மகிழ்ந்தெனக்கருளி
கோடாயுதத்தால் கொடுவினை களைந்தே
உவட்டா உபதேசம் புகட்டியென் செவியில்
தெவிட்டாத ஞானத் தெளிவையும் காட்டி......

நீதி மொழிகள்

ஆத்திசூடி –
ரா. ராகவையங்கார்

ஔவையின் ஆத்திசூடி அதன் ஒற்றை வரிகளால் பிரபலமானது. சிறுவர்களைக் கருதி, அவர்கள் எளிதாக மனனம் செய்யும் வகையில் வடிவமைக்கப்பட்டது. உபதேசிக்கிற தொனியில், உறுதியான கருத்துகளால் ஆக்கப்பட்டது என்பதால் இயல்பாகவே இலக்கியச் சுவையற்றது.

இதற்கு ஆறுமுக நாவலர் எழுதியுள்ள உரை காலத்தால் முற்பட்டது என்று சொல்கிறார்கள். அரும்பதவுரையுடன் கூடிய அதிக பட்சம் நான்கு வரிகளால் ஆன உரை இது. எளிமையானது. சிக்கலற்றது. ஆத்திசூடிக்கு ரா. ராகவையங்கார் ஒரு உரை எழுதியுள்ளார். தஞ்சை தமிழ்ப் பல்கலைக்கழகம் வெளியிட்டுள்ளது. நீங்கள் இதைத் தேடி காடு மலை கடக்க வேண்டியதில்லை. 10MB செலவில் இணையத்தில் கிடைக்கிறது. ஒவ்வொரு செய்யுளுக்கும் விரிவாக உரை எழுதியிருக்கிறார். உதாரணமாக "அறம் செய்ய விரும்பு" என்பதில் இவர் "விரும்பு" என்கிற சொல்லின் மேல் குவிக்கிற கவனத்தைச் சொல்லலாம்.

பொதுவாகப் பழந்தமிழ் கவிதையின் வரிகளுக்கு உரை சொல்வோர் அந்த

வரியை விளக்குவதற்காகப், பிற இலக்கியங்களிலிருந்து அதையொத்த வரிகளைச் சொல்வது வழக்கம். அப்படிச் சொல்லிச் சொல்லித் தான் உரை சொல்ல வேண்டிய வரியைத் துலக்கமாக்கிக் காட்டுவர். இது மரபுதான். ஆனால் இங்கு உரை சொல்லும் அளவு கடினமாக வரிகள் அவர் முன் இல்லை. ஆனாலும் அப்படிச் சொல்வதன் மூலம் அவர் ஆத்திசூடிக்குச் சுவையூட்டுகிறார். அதை இலக்கியமாக்குகிறார் என்று எனக்குத் தோன்றியது. அவரது பரந்துபட்ட வாசிப்பு அவரது உரையில் தெரிகிறது. மொழிதான் கல்வெட்டை வாசிப்பது போல் உள்ளது.

"இயல்பலாதன செயேல்" என்னும் ஆத்திச்சூடிக்கு 'உன் வருணத்திற்கும், நிலைக்கும் இயல்பல்லாதன வற்றைச் செய்யற்க' என்றும், "சனி நீராடு" என்னும் செய்யுளுக்கு 'கடுந்தீக் கோளான சனி கிரகத்தின் நீர்மைக்குத் தக்க ஒழுகுக' என்றும் விளக்கம் சொல்கிறார். "மேன்மக்கள் சொற் கேள்" என்பதற்கு "உயர்குடிப் பிறந்தாருடைய சொல்லைக் கேட்க" என்று உரை சொல்கிறார். இதுபோல சில இடங்களில் அவர் பெயரின் பின்னொட்டு வேலை செய்கிறது. புதுயுகத்தின் மனம் அங்கெல்லாம் எரிச்சல் அடையவே செய்கிறது.

இங்கு சில ஆத்திசூடிகளையும் அதற்கு ராகவையங்காரின் உரையில் காணப்படும் சில இணை வரிகளையும் பார்க்கலாம். அந்த இணை வரிகளை உறுதியாக 'இன்புறுத்தல்' என்று சொல்லாம்.

1. அறம் செய்ய விரும்பு

"நீ அறஞ்செய்தற் பொருட்டு அறத்தை யன்பு செய்வாய் என்றவாறு."

"இவ்வற நூல் கேட்டற்கும், கேட்டவாறு அறஞ் செய்தற்கும் உரிய அதிகாரிக்கு இன்றியமையாது வேண்டிய விசேடணம் அவ்வறத்தின்கண் விருப்பமே யாதலான் முதற்கண் அஃதுண்டாகுக என்கின்றது."

தெய்வ அச்சம் காரணமாகவும் புகழ் காரணமாகவும் அறம் செய்யாது, விரும்பிச் செய்ய வேண்டும் என்று "விரும்பு" என்கிற சொல்லை அழுத்தி உரை சொல்கிறார்.

திறம்பு காலத்துள் யாவையும் சிதையினும் சிதையா
அறம் (கம்பர்)

2. இயல்வது கரவேல்

உன்னால் இயன்றதை உதவாது ஒளிக்காதே என்பதே இதன் பொருள்.

"இயல்வது கரவேல்" என்பதற்குள் 'இயலாததை முன்பே இல்லை என்று சொல்லிவிடு' என்பதும் உள்ளது. இரப்பவர் நெஞ்சில் நம்பிக்கையை விதைக்காதே! தன்னால் இயலாததை இயலும் இயலும் என்று சொல்லிக்கொண்டிருப்பது ஒருவித சுயமோகம் என்று இழித்துரைக்கிறார்.

"இயலாததனை உண்டு என்றலும் ஒருவற்குத் தன்கணுள்ள அவாக் காரணமாகவே நிகழுமென்பது உய்த்துணர்ந்து கொள்க."

இசையா ஒரு பொருள் இல்லென்றல் யார்க்கும்
வசை அன்று வையத்து இயற்கை (நாலடியார்)

5. உடையது விளம்பேல்

தற்புகழ்ச்சி கூடாது.

இருந்தால் என்ன?

"...... மருந்தின் தணியாத
பித்தென்றே எள்ளப்படும்" (நாலடியார்)

8. ஏற்பது இகழ்ச்சி

"பரப்பு நீர் வையகந் தேரினும் இல்லை
இரப்பாரை எள்ளா மகன்" (தகடூர் யாத்திரை)

9 ஐயம் இட்டு உண்

ஐயம் என்கிற சொல்லிற்கு ஆறுமுக நாவலர் "பிச்சை" என்று அகராதி சொல்லும் பொருளைச் சொல்கிறார். ராகவையங்கார் "ஐயம்" எனில் பாத்தூண் என்கிறார் அதாவது பகுத்துண்டல். பகுத்துண்டலை 'அறச்சோறு' என்றும் குறிப்பிடுகிறார். இந்த வரிக்குள் பசியின்றி நல்வாழ்வு வாழச்சொல்லும் வாழ்த்தும் ஒளிந்துள்ளது என்கிறார்

உண்பதன் முன் ஈவான்
எண்பதின் மேலும் வாழ்வான் (சிறு பஞ்ச மூலம்)

9. ஔவியம் பேசல்

ஔவியம் – பொறாமை

அழுக்குச் சேரும் வழி என்பதால் "அழுக்காறு" என்றும் சொல்லப்படுகிறது.

அழுக்காறெனும் ஒரு பாவி... (திருக்குறள்)

14. கண்டொன்று சொல்லேல்

ஒன்று கண்டு ஒன்று சொல்லாதே

சீராம மூர்த்தி சத்தியத்தானே உலகங்களை
வெல்கின்றான் (வான்மீகி)

17. ஞயம் பட உரை

நாவன்றோ நட்பறுக்குந் தேற்றமில் பேதை

(நான்மணிக் கடிகை)

27. வஞ்சகம் பேசேல்

சொல்லான் அறிப ஒருவனை...

(நான்மணிக் கடிகை)

36. குணமது கைவிடேல்

குணமே மதுகை. ஒருவற்கு வலியாவது அவன் குணமே.

குணமென்னும் குன்று... (திருக்குறள்)

63. தையற்சொற் கேளேல்

"தையல்பால் வைத்த அன்பின் மேலீட்டால் அவளுடைய சொல்லிற் குற்றம் தோன்றாது ஒழுகுவான் என்பது கருதி அதனை விலக்கினார். இது பெண்ணேவல் செய்தொழுகும் ஆண்மகனையே நோக்கிற்று."

69. நீர் விளையாடேல்

ஆறுமுக நாவலர், ஆழமான நீர் நிலைகளில் ஆபத்தாக நீராடாதே என்பதுபோல உரை சொல்கிறார்.

ராகவையங்கார் உரை இது...

"பிறருடைய நீர்மையாகிய சௌலப்பிய குணத்தின்கண் நீ விளையாடுதல் செய்யற்க"

"சௌலப்பியம்" என்கிற சொல்லிற்கு எளிமை, எளிவந்த தன்மை என்று பொருள் சொல்கிறது அகராதி.

இசை

தமிழ் எழுத்து வரிசை நீண்டுகொண்டே செல்வ தால் ஔவையின் உபதேசமும் நீண்டு கொண்டே செல்கிறது. 'ந'க்கு பிறகு 'நா' வந்தாக வேண்டிய கட்டாயம்.

உண்மையில் அடிப்படையான சில உபதேசங் களுக்குப் பிறகு உபதேசம் தீர்ந்துவிடுகிறது. பிறகு உள் உபதேசங்கள், கூறியது கூறல்கள் என சலிப்புப் படரத் தொடங்குகிறது. ராகவையங்காரின் உரையும் மெல்ல மெல்ல உற்சாகம் குன்றித் தேய்ந்து செல்வதைக் காண முடிகிறது.

ஆத்திசூடி - அயோத்திதாசப் பண்டிதர்

ஔவையின் ஆத்திசூடிக்கு அயோத்திதாசப் பண்டிதர் ஒரு உரை எழுதியுள்ளார். ஆனால் அவர் அதை ஆத்திசூடி என்கிற தலைப்பில் அழைப்பதில்லை. 'ஆத்திசூடி', 'கொன்றை வேந்தன்', 'நறுந்தொகை' ஆகிய மூன்று நூல்களையும் உள்ளடக்கி "திரிவாசகம்" என்றழைக்கிறார். திரிவாசகம் பௌத்த நெறிகளை உரைக்கும் திரட்டு. "ஞானத்தாய் ஔவையார் அருளிய திரிவாசகம்" என்பதே அவர் விளிப்பு. இதில் நறுந்தொகை என்கிற நூலை அதிவீரராம பாண்டியர் எழுதியதாகத்தான் பலரும் சொல்கிறார்கள். பண்டிதர் "பலருக்கு" அஞ்சுபவர் அல்ல.

பண்டிதரைப் பொறுத்தமட்டில் ஔவை ஒரு தெய்வம். சக்தி வடிவம். நமது கிராமங்களில் வேப்ப மரத்தடியில் அமர்ந்து அருள்பாலிக்கும் அம்மன்கள் யாவும் ஔவைகள்தான்.

"புத்தரது போதனையையும், அவருவத்தையும் சிரசிற்றாங்கி வேப்ப மரத்தடியில் வீற்று ஞானோதயம் பெற்ற அம்பிகா தேவியை உலக நாயகியென்றும்,

உலக மாதாவென்றும், அறச்செல்வி என்றும், ஔவை என்றும், அருகி என்றும், அம்மை என்றும், தரும தேவதை என்றும் வாலி என்றும், பகவதி என்றுங் கொண்டாடிவந்தார்கள்.”

“ஔவை என்னும் அம்பிகா தேவியோ எனின் ஓரரச புத்திரியாயிருந்தும் தாய்மாமன் கையால் கழுத்தில் பொட்டுக் கட்டிக்கொண்டு பிக்குணிகள் வாழும் இஸ்திரீகள் சங்கத்திற் சேர்ந்து புத்தபிரனாம் அருகனது ஞானசாதன உருவம் போல் ஓர் விக்கிரகஞ் செய்து தனது முடியில் தரித்துக்கொண்டு ஞானசாதனம் முதிர்ந்த பின்னர் வேம்பு மரமென்னும் பூக மரத்தடியில் வீற்று உலக மக்களுக்கு அறநெறி விளக்கி அரசர்கள் முதல் குடிகள்வரை அறச்செல்வி என்றும் அம்மை யென்றும் பௌத்தர்கள் கொண்டாடப் பெற்றவள் நமது ஞானத்தாய் என்னும் ஔவையாகும்.”

“அறம் செய்ய விரும்பு” அல்ல, அது “அறன் செயல் விரும்பு” என்கிறார் பண்டிதர். “அறன்” எனில் புத்தன். அவனது செயல்களை விரும்பு என்பதாக உரை சொல்கிறார். இதுபோன்று பல இடங்களிலும் பௌத்தம் சார்ந்தே உரை சொல்லியுள்ளார். சில உரைகளைப் பார்க்கலாம்..

6. ஊக்கமது கைவிடேல்

“வித்தையிலேனும், கல்வியிலேனும் ஊக்கமா யிருந்து அவற்றைக் கைவிடுவதாயின் எடுத்த முயற்சி ஈடேறாமல் போம்.”

“எடுத்த முயற்சியைக் கைவிடாது சாதித்துக் கைகண்ட தொழில்களாகும் இரயில்வே, டிராம்வே, டெல்லகிறாப், போனகிறாப், லெத்தகிறாப் முதலியத் தொழில்கள் யாவும் கைவிடா ஊக்கத்தினால் விருத்தி பெற்றக் காட்சிகள் எனப்படும்.”

16. சனி நீராடு

“உலோக ஊற்றில் தேக முழுவதும் மழுந்த குளித்தெழூஉம்.”

பாலி மொழியில் சனி நீர் என்பதற்கு உலோக ஊற்று என்று அர்த்தமாம். இதில் நீராடினால் சர்வ ரோகமும் குணமாகுமாம். இந்த உலோக ஊற்றுகள்

திருவேங்கடமென்னும் திருப்பதியிலும், கொரிய தேசத்திலும் இன்ன சில இடங்களிலும் இருப்பதாகச் சொல்கிறார்.

24. இயல்பலாதன செயேல்

"அதாவது தன்னாலியலாததும், தான் முன் பின் பாராததும், தன் அனுபவித்தில் வாராதது மாகிய செயலைச் செய்வத னால் தேகத்தைக் கஷ்டப்படுத்துவதன்றி திரவியத்தையும் நஷ்டப்படுத்தி விடுமென்றுணர்ந்து ஞானத்தாய் இயல்பில்லாத செயலைச் செய்யேல் என்று கூறியுள்ளாள்."

62. தையல் சொற் கேளேல்

"கொடூர வார்த்தைகளுக்குச் செவி கொடாதே."

எதிரிகள் சொல்லும் கொடூர சொற்களைக் கேட்காதிருப்பதே ஆனந்தமென்றும், கேட்டால் பகை மூண்டு, போர் செய்து, நிம்மதி இழக்க நேரிடும் என்றும் சொல்கிறார்

பண்டிதரை ஒரு அரைமணி நேரம் வாசித்துவிட்டு வீதியில் இறங்கி நடந்தால் உலகமே தலைகீழாகத் தெரிகிறது. அவரது வாக்குத்திறம் அசர வைக்கிறது. பழந்தமிழ் இலக்கிய வாசிப்பின் சிக்கல் என்னவென்றால் அதைச் சென்று தொட நமக்கு உரையாசிரியர் உதவி தேவை என்பதுதான். உரைகள் பெருமளவு உண்மையேயொழிய முழு உண்மையல்ல. எழுதியவர் மனத்தை அப்படியே படம் பிடிப்பது இயலாத ஒன்று. ஔவை கொரியாவில் உள்ள உலோக ஊற்றில் நீராடச் சொல்கிறாள் என்று பண்டிதர் சொல்லும்போது நமக்குச் சிரிப்பு வருகிறது எனில் ராகவையங்கார் இயல்பு என்பதை "வர்ணம்" என்று சொல்லும்போது நமக்கு எரிச்சலும் வந்தாக வேண்டுமல்லவா? எந்த உரையாசிரியர்களிடமும் இதற்கு என்ன ஆதாரம் என்று கேட்காதபோது பண்டிதரிடம் மட்டும் கேட்பது சரியா என்பது குறித்த குழப்பம் எனக்கு இருக்கிறது. "ஏற்பது இகழ்ச்சி" என்பதற்கு பண்டிதர் உரை இது:

"அதாவது ஒரு மனிதன் முன்னில்வந்து நான் பிரமா முகத்திலிருந்து வந்தவன், நானே பெரிய சாதியின னென்று கூறுவானாயின் அவன் வார்த்தையை

மெய்யென்று ஏற்றுக்கொண்டு யாதொரு விசாரணையு மின்றி அவனைப் பெரிய சாதியோன் பெரிய சாதியோனென்று உயர்த்திக்கொண்டு தன்னைத் தாழ்ந்த சாதியாக ஒடுக்கி சகலத்திலும் முன்னேறுவதற் கில்லாமல் ஒடுங்கி தானே சீர் கெட்டு இழிவடைந்து போகின்றான்."

இந்த உரை எனக்குப் பிடித்திருக்கிறது. இதற்கு முந்தைய பாடல் "எண் எழுத்து இகழேல்." எழுத்தை இகழாதே, ஆனால் யார் என்ன எழுதிவைத்தாலும் சரியென்று தலையாட்டிவிடாதே என்பதில் ஒருவித தர்க்க ஒழுங்கும் கூடியுள்ளது.

அறிஞர் ஸ்டாலின் ராஜாங்கம், "பண்டிதரும் அய்யரும்" என்று ஒரு கட்டுரை எழுதியுள்ளார். அக்கட்டுரையில் ஒரு பௌத்த அன்பரைக் குறித்த உ.வே.சா.வின் கேலியைப் பதிவு செய்துள்ளார். அன்பர் ராயபுரம் மன்னார்சாமி கோயிலைப் புத்த விஹாரம் என்றும், அத்தெய்வம் புத்தர்தான் என்றும் உறுதியாகச் சொல்கிறார்.

"எனக்குச் சுளுக்கென்று சிரிப்பு வந்துவிட்டது" என்கிறார் அய்யர். "இவர் பௌத்த சமயத்தில் தீவிரமான ஆராய்ச்சிடையவர். அந்த ஆராய்ச்சியில் இவர் தம்மையே இழந்துவிட்டார். தாம் காணும் பொருள்களைப் புறம்பே நின்று பற்றின்றிக் காணுவதை விட்டு அந்தப் பொருள்களின் வசப்பட்டு மயங்குகிறார்." ஸ்டாலின் இந்த நீளமான கட்டுரையில் அய்யார் வலியுறுத்தும் "தான்" கலக்காத ஆய்வு முறையை அவராலேயே முழுமையாகப் பின்பற்ற முடியவில்லை என்று நிறுவ முயல்கிறார். எனக்கு இந்த "தான்" கலக்காத ஆய்வு முறைதான் சரி என்று படுகிறது. ஆனால் ஒரு மனிதனால் அவ்வளவு முழுமையாகத் தன்னைக் காலி செய்து கொண்டு விஷயங்களை அணுக முடியுமா என்ற சந்தேகமும் உள்ளது. ஒருவரது உறுதிகளும், விருப்பங்களும் கொஞ்சமேனும் அவரோடு ஒட்டிக்கொண்டிருக்கும் என்றே நினைக்கிறேன்.

பண்டிதர் பலமாக அடிக்கிறார். பந்துகள் எல்லைக் கோட்டிற்கு வெளியே, மைதானத்துக்கு வெளியே கிடக்கின்றன. ஆனால் இது முறையான ஆட்டமல்ல

என்கிறார்கள் சில அறிஞர்கள். இந்த விஷயத்தில் கருத்துச் சொல்லுளவு நான் அறிஞன் அல்ல. பெரும்பான்மைத் தரப்பிற்கு மாற்றாக இன்னொரு வலுவான தரப்பும் உள்ளது என்பதை முன்வைப்பது மட்டுமே என் நோக்கம். ஆனால் ஒன்று உறுதி. எத்தரப்பாக இருந்தாலும் வரலாற்றுத் திரிபென்பது உண்மைக்குக் கேடுதான்.

ஆத்திசூடியின் கடவுள் வாழ்த்தாவது...

ஆத்திசூடி அமர்ந்த தேவனை
ஏத்தி ஏத்தித் தொழுவோம் யாமே

ஆத்தி மாலை அணிந்த சிவபெருமானின் விருப்பத்திற்குரிய விநாயகப் பெருமானைப் போற்றி வணங்குவோம் என்பதே இதற்கான பெரும்பான்மை உரை. பண்டிதர் பாட வேறுபாடு சொல்கிறார்.

"ஆத்தி சுவட்டில் அமர்ந்த தேவனை ஏத்தி ஏத்தி தொழுவோம் யாமே"

இனி பண்டிதரும் நானும்...

"இசை, ஆத்தி என்றால் அரசமரம்."

"அப்படியா? ஆத்தி என்றால் ஆத்தி மலர் இல்லையா?"

"ஆத்தி என்றால் அது கல்லாத்தி. கல்லாத்தி என்றால் அது அரசமரம். அரசமரம் என்றால் அது அரசன் அமர்ந்த மரம். அரசன் என்றால் அது புத்தர்."

"ஓ!... சரி..."

"சுவட்டில் எனில் நீழலில்."

"அது "சூடி" இல்லையா?"

"இல்லை "சுவட்டில்" தான்."

"சரி அய்யா."

"அமர்ந்த தேவனை – தேவன் எனில் ஆதிதேவன். அது புத்தனின் ஆயிரம் நாமங்களில் ஒன்று."

"அப்படியா?"

"அரசமர நிழலில் அமர்ந்த புத்த தேவனைத் தொழுது ஏத்துவோம்."

"எனில், அது விநாயகன் இல்லையா?"

"விநாயகன் என்றாலும் புத்தர்தான்."

"அதுவுமா?"

"பிங்கல நிகண்டைப் பிரித்துப் பார்..."

"பார்க்கிறேன் அய்யா... பார்க்கிறேன்... அப்படி ஒன்றும் இல்லையே அய்யா..."

"என்ன! இல்லையா?"

"என்னிடம் இருக்கும் பிங்கல நிகண்டில் இல்லை அய்யா..."

"என்னிடம் இருந்ததில் இருந்ததே..."

"இல்லையே அய்யா?"

"இருந்ததே!"

"இன்னொரு முறை நன்றாகப் பார்க்கிறேன் அய்யா... அய்யா இங்கு உள்ளது... இதில்... சூடாமணி நிகண்டில்..."

"ஏதோவொரு நிகண்டில் இருக்கிறதா இல்லையா......?

புருவத்தை நெரித்துக் குரலை உயர்த்துகிறார்.

"பாருங்கள் பண்டிதரே, நான் கவிதையைத் தேடி வந்தவன் என் அங்கராக்கையெல்லாம் இழுத்துப் பிடிப்பதால் ஒன்றுமே ஆகப்போவதில்லை."

கொன்றை வேந்தன் - ஈயார் தேட்டை தீயார் கொள்வர்

கொன்றை வேந்தன் என்பது ஆத்திசூடி போலவே ஒற்றை வரியால் சொல்லப்பட்ட நீதிகளால் ஆன நூல். இன்று மக்களிடையே பெரு வழக்குகளாகத் திகழும் "அன்னையும் பிதாவும் முன்னறி தெய்வம்", "குற்றம் பார்க்கில் சுற்றமில்லை", "தந்தை சொல்மிக்க மந்திரமில்லை", "தாயிற் சிறந்த கோயிலுமில்லை", "ஆலயம் தொழுவது சாலவு நன்று" "கிட்டாதாயின் வெட்டென மற", "முற்பகல் செய்யின் பிற்பகல் விளையும்", "திரைகடல் ஓடியும் திரவியம் தேடு" போன்ற சொலவடைகள் கொன்றை வேந்தனில் உள்ளவைதான்.

14. கற்பெனப்படுவது சொற் திறம்பாமை

கணவர் சொல்லிற்கு மாறாக நடவாமையே கற்பு என்று ஆறுமுக நாவலர் உரை சொல்கிறார்.

'சொற் திறம்பாமை' என்பதை எல்லா மனிதர்க்கும் பொதுவான கற்பாக நாம் வாசித்துக் கொள்ளலாம்.

21. கேட்டில் உறுதி கூட்டும் உடைமை

வறுமைக் காலத்திலும் உறுதி காத்து நிற்பது செல்வத்தைப் பெருகச் செய்யும்.

22. கைப்பொருள் தன்னின் மெய்ப்பொருள் கல்வி

செல்வத்திற் செல்வம் என்பது கல்விதான்

46. தொழுதூண் சுவையினும் உழுதூண் இனிது

ஒருவரைப் பணிந்து தொழுது உண்ணும் உணவைக் காட்டிலும் உழுது உண்ணும் உணவே இனிது

47. தோழனோடும் ஏழைமை பேசேல்

வறுமையைத் தோழனிடம்கூடச் சொல்லிவிடாதே

80. மோனமென்பது ஞானவரம்பு

மௌனமே ஞானத்தின் உச்சம்

87. வெள்ளைக்கில்லை கள்ளச் சிந்தை

வெள்ளை மனதுள் கள்ளம் நுழைவதில்லை

54. நெஞ்சை ஒளித்தொரு வஞ்சகமில்லை

எல்லாத் திறமைகளையும் கூட்டி, உன் வஞ்சகத்தை எல்லோரிடமிருந்தும் நீ வெற்றிகரமாக ஒளித்து விடலாம். ஆனால் உன் நெஞ்சம் உன்னை விடாது.

4. ஈயார் தேட்டை தீயார் கொள்வர்

ஈயாது ஒளிக்கும் செல்வம் தீயோன் வசமாகி அழியும்.

யாருக்கும் தர மாட்டேன் என்று ஒருவன் ஒளித்து வைத்து வளர்க்கும் களஞ்சியத்தைக் கடைசியில் எவனோ ஒரு தீயோன் வந்து பறித்துவிடுவான் என்பதே நீதி.

இந்த வரி 'இரட்டுற மொழிதல்' எனும் சுவையால் மெருகூட்டப்பட்டுள்ளது.

ஈ எனில் தேனீ. தேட்டை எனில் தேனடை. தேனீ தனக்கென்று சேர்த்துச் சேர்த்து வைக்கும் தேனைக் கடைசியில் தீ மூட்டி ஒருவன் அபகரித்துக்கொள்வான்.

பாட்டி! நீதியால் தனித்து இயங்க முடியதா? நீதிக்கும் சுவை வேண்டுமோ?

நல்வழி – எண்பது கோடி நினைப்புகள்

'நல்வழி' நீதி மொழி ஆயினும் இலக்கியம். ஆத்திசூடிபோல இதன் இலக்கு சிறுவர்களல்ல. இதன் ஒரு சொல்லை வாயில் இட்டு நாள் முழுக்கச் சுவைத்துக்கொண்டிருக்கலாம். ஆயினும் வெறும் சந்த நடனம் அல்ல. வாழ்வின் இருளைக் கூர்நோக்கும் அருந்துணிவு மிக்க பாடல்கள் இவை.

ஔவை கோயில்களில் தெய்வமாகக் குடியிருப்பது போலவே எளிய மனிதர்களின் அன்றாடப் பேச்சுக்களிலும் காலங்கள் கடந்து வாழ்ந்து வருகிறாள். "ஆண்டாண்டு தோறும் அழுது புரண்டாலும் மாண்டார் வருவரோ?" என்கிற வரி 'நல்வழி'யின் வரியென்றோ, அது ஔவையின் வாக்கென்றோ பலருக்கும் தெரியாது. ஆனால் எல்லா மனிதரும் அப்படி அழுது புரளும் நாள் வருமல்லவா? அப்போது தானென்று சொல்லாமல் ஔவை வருவாள். தலைநீவித் தேற்றுவாள்.

நல்வழியில் "ஊழ்" திரும்பத் திரும்ப பேசப்படுகிறது. "ஊழ்" என்பது அரசியல் ரீதியாக பிழை என்கிற வாசிப்பு இன்றைய காலத்தின் அவசியம்தான். ஆனால்

மனிதன் கேட்கும் எல்லாக் கேள்விகளுக்கும் சில வேளைகளில் மனிதனிடம் விடை இருப்பதில்லை. வாழ்வின் ரகசியங்கள் என்று இன்னும் சில இங்கு இருக்கத்தான் செய்கின்றன. மனிதனின் கையறு நிலைகளுக்கு 'ஊழ்' போல் இன்னொரு துணை இல்லை.

"விதியே மதி" என்கிறது ஒரு பாடல். துயர் பெருகி நிறையும் ஒரு வரி அது. எனில், எனக்கு இங்கு என்னதான் வேலை? என் குட்டிக்கரணங்களுக்கு என்னதான் பொருள்? நான் திட்டங்கள் தீட்டுகையில் பறக்கும் தீப்பொறி என்னுடையதில்லையா பாட்டி?

ஔவை பாடல்களில் குறிப்பிட்டுச் சொல்ல வேண்டிய ஒரு விஷயம் அதன் நாட்டுப்புறச் சொற்களின் அழகு. இத்தன்மை மண்ணில் விளைந்த தீட்சண்யம்போல் ஆக்கிவிடுகின்றன சில பாடல்களை. "முட்ட முட்டவே வரும் பஞ்சம்" என்கிறது அவரது தனிப்பாடல் ஒன்று. 'முட்ட முட்ட' தண்ணி குடித்துப் பழகிய நமக்கு, அப்படிப் பஞ்சம் வந்து நம்மைக் குடிக்கும் அச்சம் அந்த வரியை வாசிக்க வாசிக்கவே எழுந்துவிடுகிறது. "ஆழ அமுக்கி முகக்கினும் ஆழ்கடல் நீர் நாழி முகவாது நானாழி" என்கிறது ஒரு மூதுரைப் பாடல். "அமுக்கி" என்கிற சொல் அதற்குமேல் அழுத்த முடியாத ஆழத்தில் இருக்கிறது. மாணிக்கவாசகரின் "சிக்கெனப் பிடித்தேன்" என்கிற வரியை இந்த வகையில் சிந்தித்துப் பார்க்கலாம். பதிலிட இன்னொரு சொல் இல்லை என்பதுபோல நச்சென்று வந்து அமர்ந்துள்ளது அந்தச் 'சிக்கு'.

ஔவை இங்கு "சிச்சீ" என்கிற சொல்லைப் பயன்படுத்துகிறார். ஒருவரைப் போலியாகப் புகழ்ந்து பேசி அவர் தயவால் உண்டு வாழ்வதைவிட உயிரைத் துறத்தல் உத்தமம் என்கிறாள். அப்படி வாழும் வாழ்க்கை பிச்சைக்கும் இழிவானது என்கிறார்.

பிச்சைக்கு மூத்த குடிவாழ்க்கை பேசுங்கால்
இச்சை பல சொல்லி இடித்துண்கை – சிச்சீ
வயிறு வளர்க்கைக்கு மானம் அழியாது
உயிர் விடுகை சால உறும்

இந்த உடம்பு என்பது ஒரு பை. இடும்மை தன்னை இட்டு நிறைக்கும் பை.

இடும்பைக்கு இடும்பை இயலுடம்பி தன்றே
இடும் பொய்யை மெய் யென்றிராதே – இடுங்கடுக
உண்டாயின் உண்டாகும் ஊழிற் பெருவலிநோய்
விண்டாரைக் கொண்டாடும் வீடு.

(இடுங் கடுக – விரைந்து ஈயுங்கள்)

உயிரின் நிலையாமை, யாக்கை நிலையாமை, ஈகையின் சிறப்பு, மானத்தின் மாண்பு, ஊழின் இயல்பு, நல்லொழுக்கத்தின் அவசியம் என்று பல்வேறு நீதிகளும் இந்நூலில் முன் வைக்கப்படுகின்றன.

எல்லாம் ஊழ் எனும் என்று சொல்பவள், வாழ்வதற்கான இத்தனை நீதிகளை ஏன் இவ்வளவு உரத்துச் சொல்ல வேண்டும்? ஊழின்படி கஞ்சனாக இருப்பவனை இவள் ஏன் ஈயச் சொல்லி இப்படி வற்புறுத்துகிறாள்? ஊழின் காட்டாறில் அடித்துச் செல்லப் படுபவர்களைக் கண்டு ஏன் குய்யோ முறையோ என்று கூவுகிறாள்?

"விதியே மதி" என்று ஓங்கிச் சொல்பவள் அந்த மதியைத் திருத்த ஏன் இவ்வளவு சொற்களை வாரியிறைக்க வேண்டும்? மனிதன் நீதி தவறாது செம்மையாக வாழ வேண்டும். ஆனால் அப்படி செம்மை பிறழாமல் வாழ்பனுக்கு எல்லாம் செம்மையாகவே நிகழும் என்பது உறுதியில்லை. இந்த வாழ்வு அவ்வளவு எளிய டிசைனில் அமைந்திருக்கவில்லை. அங்குதான் 'ஊழ்' என்கிற பெரும் ஆறுதலைக் கொண்டு வந்து வைக்கிறாள் ஔவை என்று தோன்றுகிறது. இந்த வாழ்வு ஒரு ஒழுங்கில் இல்லை. ஆனால் அதை ஒழுங்குக்குள் இழுக்கிறாள் நம் பாட்டி.

ஒருமுறை எங்கள் ஊர் பள்ளியைக் கடந்து செல்கையில் இந்தப் பாடல் வரிகளைக் கூட்டாக மாணவர் பாடுவதைக் கேட்டுக் கண் கலங்கி நின்றுள்ளேன். என்னை ஔவை பீடித்த கணங்களில் அதுவும் ஒன்று. அதை இப்போது எழுதும் போதும் அந்தச் சத்தம் காதில் விழுகிறது ...

சாதி இரண்டொழிய வேறில்லை சாற்றுங்கால்
நீதி வழுவா நெறிமுறையின் – மேதினியில்
இட்டார் பெரியோர் இடாதார் இழிகுலத்தோர்
பட்டாங்கில் உள்ள படி

“இட்டார் பெரியோர் இடாதார் இழி குலத்தோர்” என்கிற வரியைக் குழந்தைகளின் கூட்டுக் குரலில் கேட்கிற ஒரு அனுபவம் ... உறுதியாக அது ஒரு ஆன்மிக அனுபவம்.

நீதிமன்றத்தில் உண்மைக்கு மாறாகப் பொய் சாட்சி சொல்பவனின் வீடு என்னவாகும் என்று சொல்கிறாள் ஔவை.

வேதாளஞ் சேருமே வெள்ளெருக்குப் பூக்குமே
பாதாள மூலி படருமே – மூதேவி
சென்றிருந்து வாழ்வளே சேடன் குடிபுகுமே
மன்றோரஞ் சொன்னார் மனை

ஓயாமல் நீதி சொல்லும் போதிலும் ஔவைக்கு இந்த எளிய உயிர்களின் எல்லையும் தெரிந்தே இருக்கிறது.

ஒருநாள் உணவை ஒழியென்றால் ஒழியாய்
இருநாளுக்கு ஏலென்றால் ஏலாய் – ஒருநாளும்
என்னோ வறியாய் இடும்பைகூர் என்வயிறே
உன்னோடு வாழ்தல் அரிது.

ஒரு நாள் உணவை ஒழி என்றால் அது இயலாது. சரி ... இரு நாளுக்கும் சேர்த்து உண்டுகொள் என்றால் அதுவும் இயலாது. என் துயரத்தை அறியவே அறியாத இடும்பைகூர் வயிறே! உன்னோடு வாழ்தல் அரிது.

இந்த நூலின் காப்புப் பாடல் பலரும் அறிந்த ஒன்று. “பாலுந் தெளிதேனும்” என்று தொடங்கும் விநாயகர் துதி.

பாலுந் தெளிதேனும் பாகும் பருப்புமிவை
நாலுங் கலந்துனக்கு நான்தருவேன் – கோலஞ்செய்
துங்கக் கரிமுகத்துத் தூமணியே நீயெனக்குச்
சங்கத் தமிழ்மூன்றுந் தா.

ஒரு வித்வான் வாத்தியத்தை உருட்டுவது போல், இந்தப் பாடலில் ஒரு பாய்ச்சல் உள்ளதல்லவா?

“பசி வந்தால் பத்தும் பறந்துவிடும்” என்பது தினசரி வாழ்வில் அடிக்கடி கேட்க நேரும் ஒரு சொலவடை. அந்தப் பத்துக்கள் எவை?

மானம் குலம் கல்வி வண்மை அறிவுடைமை
தானம் தவம் உயர்ச்சி தாளாண்மை – தேனின்
கசிவந்த சொல்லியர்மேல் காமுறுதல் பத்தும்
பசி வந்திடப் பறந்து போம்

சித்தர் பாடல்களைத் தவிர, நமது பழந்தமிழ்ப் பாடல்கள் பெண் வெறுப்பு பேசும் இடங்களிலெல்லாம் எனக்கு வெறுப்புக்குப் பதிலாகக் கிளுகிளுப்பே மேலெழுகிறது. ஏன் அப்படி என்று விளங்கவில்லை. ஒருவேளை நான் சீர்திருத்தவே இயலாதபடி சீரழிந்து விட்டேனா? "தேனின் கசிவந்த சொல்லியர்" என்கிற மதுரத்திற்குப் பிறகு ஒரு நீதி சொன்னால் அது நிற்குமோ? நிலைக்குமோ?

"யோசனை தூரம்" என்கிற சொற்கட்டை எவன் உருவாக்கியிருப்பான்? தூரங்களுக்கெல்லாம் தூர தூரம் அதுதான். எவ்வளவு நுட்பமான அளவுகோலுக்கும் சிக்காத தூரம். அவ்வளவு யோசனைகளுக்குப் பிறகும் வெடிக்காதிருக்கும் தலைக்குத்தான் என்ன ஒரு காருண்யம்!

"நெஞ்சம் புண்ணாக நெடுந்தூரம் தாம் நினைந்து துஞ்சுவதே மாந்தர் தொழில்" என்கிறாள் ஔவை.

"எண்பது கோடி நினைப்புகள்" என்கிற வரியை வாசிக்கையில், "பாவம், இந்த மனிதப் பயல்கள்" என்று தோன்றிவிடுகிறது.

மூதுரை – நீதியின் அழகு

இந்நூல் காப்புப் பாடலின் முதல் வரியைக்கொண்டு "வாக்குண்டாம்" என்றும் அழைக்கப்படுகிறது. மொத்தம் 30 பாடல்கள். முழு நூலையும் கட்டுரைக்குள் இறக்கி வைத்திட ஆசைகொள்ளும் அளவு செறிவான பாடல்களால் யாக்கப்பட்டுள்ளன. "ஓடு மீன் ஓட", "கற்றாரை கற்றாரே காமுறுவர்", "கெட்டாலும் மேன் மக்கள் மேன் மக்களே", "நெல்லுக்கிறைத்த நீர் ...", "கான மயிலாட கண்டிருந்த வான் கோழி", "கற்றோற்குச் சென்ற இடமெல்லாம் சிறப்பு", போன்ற புகழ்மிக்க வரிகளை உடைய நூல்.

அயோக்கியர்களைக் குறித்து வாய் ஓயாமல் பேசிக்கொண்டிருப்பவர்களுக்கு உள்ளூர அயோக்கியத்தை நக்கிப் பார்க்கும் வேட்கை உண்டு என்று அடிக்கடி எனக்குத் தோன்றுவது உண்டு. பாட்டி சொல்கிறாள். "தீயார் குணங்கள் உரைப்பதுவும் தீதே."

> "தீயாரைக் காண்பதுவுந் தீதே திருவற்ற
> தீயார் சொற் கேட்பதுவுந் தீதே – தீயார்
> குணங்கள் உரைப்பதுவுந் தீதே அவரோடு
> இணங்கி யிருப்பதுவுந் தீது"

"ஆகும் காலம்" என்று ஒரு காலத்தைத் தொடர்ந்து வலியுறுத்தும் ஔவை இங்கு "பருவத்தாலன்றிப் பழா" என்றும்,

"கருதியவாறாமோ கருமம்" என்றும் மனித உயிர்களின் கையறு நிலையைப் பாடிவைக்கிறாள்.

ஆசை கொண்டு, அதை அடையத் திட்டங்கள் பல வகுத்து, அதற்கு நெடுங்காலம் உழைத்து, நீ ஒரு கற்பக மரத்தை அடையலாம். ஆனால் அந்த கற்பக மரத்திலிருந்து காஞ்சிரங்காய் வந்தாலும் வரலாம். யார் கண்டது? நாம் கருதுவதுபோல் அல்ல, நமக்கு எழுதியது போலவே வாழ்வு.

எழுதியவாறே காண் இரங்கும் மட நெஞ்சே!
கருதியவாறாமோ கருமம்? – கருதிப் போய்க்
கற்பகத்தைச் சேர்ந்தோர்க்குக் காஞ்சிரங்காய்
ஈந்ததேன்
முற்பவத்தில் செய்த வினை

"குறிப்பறிய மாட்டதவன் மரம்" என்கிறது ஒரு பாடல். இந்த வாழ்வு தந்த குறிப்பறியாது நான் 'மரம்' என நின்றிருந்த பொழுதுகளையெல்லாம் கோத்துக்கொண்டு வந்து கண்முன் நிறுத்திவிட்டது இவ்வரி. இந்த நடுவயதில் அது தீராத ஏக்கமாக நெஞ்சை அரிக்கிறது. நாம் தவறவிட்ட எல்லாமும் நேராக நம் நெஞ்சுக்குள் விழுகின்றன.

கவையாகிக் கொம்பாகிக் காட்டகத்தே நிற்கும்
அவையல்ல நல்ல மரங்கள் – சபைநடுவே
நீட்டோலை வாசியா நின்றான் குறிப்பறிய
மாட்டாதவன் நன் மரம்

(சபை நடுவே நீட்டோலை வாசியா நின்றான் – சபையில் நீட்டப்பட்ட ஓலையை வாசிக்கவியலா அறிவற்ற மூடன்)

"யாரோ ஒருவன்" என்று நாம் தூர தூரமாக விளிக்கும் ஒருவன் உண்மையில் தூரத்திலில்லை. அவன் அவ்வளவு அண்மையில் நெருங்கி நம் உள்ளுக்குள் புகுந்துவிடுவதும் உண்டு.

எட்டாம் வகுப்பு படித்துக்கொண்டிருந்த ஒரு சிறுவன். மாலை பள்ளி முடித்து வீடு திரும்பியதும் அவன் அம்மா அவனைக் கட்டாயப்படுத்திக் குளிக்க வைத்து ஒரு கோயிலுக்கு அழைத்துச் செல்கிறாள். அது அம்மன் கோயில். மாரியம்மன். அம்மனுக்குத் திருவிழா நிறைந்திருந்த ராத்திரி. தாரை தப்பட்டைகள்

இணைந்த தப்பாட்டம் நிகழ்ந்துகொண்டிருந்தது. ஐந்து பேர் வட்டமிட்டு இசைத்துக்கொண்டிருந்தார்கள். நடுவில் பெரிய "திடும்" ஒன்று அதிர்ந்துகொண்டிருந்தது. அந்தக் குழுவில் நெஞ்சு தெரிய பட்டனைக் கழற்றிவிட்டிருந்த கறுத்த இளைஞன் ஒருவன் இருந்தான். அவன் நெற்றியில் இறுக்கிக் கட்டியிருந்த மஞ்சளும் சிவப்புமான ரிப்பன், அவன் கறுப்பை மின்னச் செய்தபடி அவனோடு ஆடிக்கொண்டிருந்தது. அவன் எதிரே நின்றுகொண்டிருந்த அச்சிறுவனுக்குக் கால்கள் தரையில் நிற்கவில்லை. நின்ற கோலத்தில் துள்ளிக்கொண்டிருந்த அவனை அந்தக் கறுத்த இளைஞன் கண் சிமிட்டி அழைத்தான். சிறுவன் குழுவில் இணைந்தான். துடியில் இணைந்தான். களியில் இணைந்தான். அதுவரை அறியா ஆனந்தத்தில் கலந்தான்.

அது சாதி இறுக்கம் நிறைந்த பகுதி. அங்கு தாரை தப்பட்டை ஆதிதிராவிடர்களின் வாத்தியமாக இருந்தது. அவர்கள் காக்கி உடையில் இருந்தார்கள். அன்று அந்தச் சிறுவனும் பள்ளிச் சீருடையான காக்கியில்தான் இருந்தான். காக்கிகளுள் காக்கியாகக் கலந்து ஆட அவன் அம்மா அவனை எப்படி அனுமதித்தாள்? அனுமதித்தது மட்டுமல்ல; அதைப் பெருமையாகப் பலரிடம் சொல்லிச் சொல்லி மகிழ்ந்தாளே அது எப்படி? இன்றும் அவளால் சாதியை முழுமையாகக் கடக்க இயலவில்லை. ஆனால் அந்த நாளில் அவள் அதைச் சுத்தமாக மறந்திருந்தாள்.

ஆட்டத்திலிருந்து வீடு திரும்பியவன் அவ்வளவு புதியவன். புத்தம் புதியவன். அந்தச் சிறுவன் நான்தான். சாகுமளவும் உன் சகல பிணிகளுக்கும் இசைதான் மருந்து என்பதை என் நெஞ்சுக்குள் ஆழப்பதித்து விட்டு மறைந்துவிட்ட அந்தக் கறுத்த இளைஞன் யார்? "யாரோ ஒருவன்" என்று எப்படி அழைப்பேன் அவனை!?

ஔவை சொல்கிறாள் . . .

> உடன் பிறந்தார் சுற்றத்தார் என்றிருக்க வேண்டா
> உடன் பிறந்தே கொல்லும் வியாதி – உடன்பிறவா
> மாமலையிலுள்ள மருந்தே பிணி தீர்க்கும்
> அம்மருந்து போல்வாரும் உண்டு

களிநெல்லிக்கனி

பிணி உன்னுள்ளே உள்ளது. ஆனால் அதைத் தீர்க்கும் மூலிகையோ மலைமேல் உள்ளது. அம்மருந்து போல் சிலர் உன் வாழ்க்கையில் வரக்கூடும். அதைக் காண உனக்குத் திறந்த விழிகள் வேண்டுமல்லவா? ஆகவே உடன் பிறந்தார், சுற்றத்தார் என்று எல்லா வற்றுக்கும் அவர்களையே சார்ந்தபடி உன்னைக் குறுக்கிக்கொண்டு வாழாதே என்கிறாள் பாட்டி.

இந்த நூலில் பிரமாதமான உவமை ஒன்று உள்ளது

விற்பிடித்து நீர் கிழிய எய்த வடு போல மாறுமே
சீரொழுகு சான்றோர் சினம்

கயவர் சினம் கல் பிளந்ததுபோல. அது திரும்பவும் ஒட்டாது. சிலர் பொன் பிளப்பதுபோல் சினப்பர். ஒட்டினால் ஒட்டிக் கொள்ளும். ஆனால் சீரொழுகு சான்றோர் சினம் எப்படிப் பட்டது தெரியுமா? நீரைக் கிழித்திப் பாயும் அம்பின் வடு அப்போதே மறைந்துவிடுவதுபோல உடனே மறைந்து விடும்.

நன்றி ஒருவற்கு செய்தக்கால் அந்நன்றி
என்று தருங்கொல் என வேண்டா – நின்று
தளரா வளர்தெங்கு தாளுண்ட நீரைத்
தலையாலே தான் தருதலால்

நீ யாருக்கேனும் ஒரு உதவி செய்தால் அது நன்றியாக எப்போது திரும்பி வரும் என்று எண்ணிக் கொண்டிராதே! அந்தத் தென்னை மரத்தை பார்! அது தாளில் வாங்கிய நீரைத் தலையில் வைத்துத் தருவதில்லையா?

“தாளுண்ட நீரை தலையாலே தான் தருதலால்” என்கிற வரியில் எனக்குப் பூரித்துவிட்டது. தன்னோடு தாங்க முடிந்தால் அது என்ன பரவசம்? அந்த வரியைச் சில நண்பர்களுக்கு அனுப்பினேன். ஒரு நண்பனிடமிருந்து அதே பரவசத்தோடு ஒரு கெட்ட வார்த்தை வந்தது. அதே கெட்ட வார்த்தையால் உன்னை அர்ச்சிக்கிறேன் பாட்டி!

‘நீதியின் கவித்துவம்’ என்ன செய்ய நினைக்கிறது? அது நீதியை அழகாக்குகிறது. அழகு மனிதனைத் தீண்டத் தூண்டுகிறது. மனிதன் அழகைத் தொடுகிறான். நீதியைத் தொடுகிறான். நீதியின் அழகைத் தொடுகிறான்.

பிற்காலத்துப் பிற படைப்புகள்

அசதிக் கோவை - குவிமுலை தொடுதல்

ஔவையின் பெயரில் ஒரு கோவை நூல் உள்ளது. அது "அசதிக் கோவை" என்று வழங்கப்படுகிறது. கொங்கு மண்டலத்தில் சங்ககிரி துர்க்கத்துக்குப் பக்கத்தில் இருந்த 'ஐவேலி' என்னும் ஊரில் வாழ்ந்த அசதி என்கிற ஆயர் குலத் தலைவனைக் குறித்துப் பாடப்பட்ட நூல் இது என்று சொல்லப்படுகிறது.

அவன் வள்ளல் தன்மையைப் போற்றி, கோவை இலக்கியத்திற்குண்டான இலக்கணப்படி அகப்பொருள் அமையப் பாடப்பட்ட நூல் இது. இதன் பத்துப் பாடல்களை 'ஔவைப் படைப்புக் களஞ்சியம்' நூலில் காண முடிகிறது. இந்த நூல் முழுதாகக் கிடைக்கப்பெறவில்லை என்று சொல்லப்படுகிறது. ஒன்பது பாடல்கள் ஔவையின் தனிப்பாடல்களாகவும் இடம் பெற்றுள்ளன. அதில் இரண்டு பாடல்களின் நயம் ஏற்கெனவே இந்த நூலில் "பெண்ணைத் துரும்பாக்குவது எப்படி?" என்ற கட்டுரையில் தரப்பட்டுள்ளது. மேலும் மூன்று பாடல்களை இங்கு பார்க்கலாம்.

காதலியின் நினைவால் ஆட்கொள்ளப்பட்ட காதலன் வீதி வழியே போகிறான். வழியில் ஒருவன் காளை மாட்டுக் கொம்புகளைச் சீவிச் செதுக்கி வெவ்வேறு பொருட்களைச் செய்துகொண்டிருப்பதைப் பார்க்கிறான். அவன் நினைவு காதலியின் முலைகளின் மேல் போகிறது. அந்தக் கொம்புக்குத் தோற்றுதான் இந்தக் கொம்பு இப்படி வெவ்வேறு பொருள்களாய்ச் சிதைந்து ஒழிகிறது என்று நினைத்துக்கொள்கிறான்.

ஆய்ப்பாடி ஆயர் தம் ஐவேல் அசதி அணிவரையில்
கோப்பாம் இவளெழிற் கொங்கைக்குத் தோற்று
இபக் கோடிரண்டும்
சீப்பாய், சிணுக்கரியாய்ச், சிமிழாய்ச், சின்ன
மோதிரமாய்க்
காப்பாய், சதுரங்கமாய்ப், பல்லக்காகி கடைப்படவே

(இபம் – இடபம், காளை)

தோற்ற கொம்பு சீப்பாகவும், சிணுக்கரியாகவும், சிமிழாகவும், சின்ன மோதிரமாகவும், காப்பாகவும், சதுரங்கக் காய்களாகவும் மாறி ஒடுகிறதாம். இதில் சிணுக்கரி என்றால் என்னவென்று எனக்குத் தெரியவில்லை. இணையத்தில் தேடி அலைந்து கூந்தலின் சிக்கு நீக்கப் பயன்படும் 'மைகோதி' என்று தெரிந்துகொண்டேன்.

இபம் எனில் யானை என்றும் சொல்கிறது அகராதி. காளையானாலும் யானையானாலும் வென்றதென்னவோ அவள் முலைதான்.

பல் அக்கு – பல துண்டுகளாகி என்று பொருள் சொல்லப்படுகிறது. கொம்பு 'பல்லக்கு' ஆகாதா என்பது தெரியவில்லை.

ஆல வட்டப்பிறை ஐவேல் அசதி அணிவரை மேல்
நீலவட்டக் கண்கள் நேரொக்கும் போது அந்த
நேரிழையாள்
மாலை விட்டுச் சுற்றி வட்டமிட்டோடி வரவழைத்து
வேலை விட்டுக் குத்தி வெட்டு வாளாகில்
விலக்கரிதே

ஆலவட்டம் போல் முழு நிலவு மின்னும் ஐவேல் அசதியின் மலையில் ஒருத்தி தன் நீல வட்டக் கண்களால் என்னை நோக்கினாள். அந்த நோக்கில்

என்னுள் மையல் எழுந்து, மனம் அவளையே சுற்றிச் சுற்றி வந்தது. அவளோ என்னை விட்டுவிட்டு ஓடி விட்டாள். தீராத ஏக்கம் கொண்டு நான் அவளைத் தேடி வந்துள்ளேன். மீண்டும் அந்தக் கண்களால் அவள் என்னைக் குத்தினாலும், வெட்டினாலும் அதைத் தடுக்க முடியுமா என்ன?

(மாலை – மால், மையல் வேலை – வேல் போன்ற கண்கள்)

ஆதித்தனைக் கண்டு அரவந் தொட
அந்நகரின்னுள்ளார்

பாலித்த முத்தும் பவளத் தொட்டால், இந்தப்
பைங்க்கொடியாள்
சேனைத் தலைவனை, செங்கோல் அசதியை
சேர்ந்தொரு நாள்

கூடித் தழுவுவம் என்று தொட்டாள் தன்
குவிமுலையே.

சூரியனை அரவம் விழுங்கும் சூரிய கிரகணத்தின் போது, பரிகாரமாக ஊரார் முத்தையும் பவளத்தையும் அணிந்துகொள்ள, இவளோ ஐவேல் அசதியை என்று கூடுவோமோ என்கிற ஏக்கத்தில் தன் குவிமுலையைத் தொட்டுப் பார்க்கிறாள் ரகசியமாக.

முத்தையும் பவளத்தையும் கடவுளுக்குச் சாத்துவதுகூட ஒரு பரிகாரமாக இப்பாட்டில் சொல்லப்பட்டிருக்கலாம்.

இந்நூல் 17ஆம் நூற்றாண்டைச் சேர்ந்ததாக இருக்கலாம் என்று கருதப்படுகிறது.

பெட்டகம் - அண்டை வீடறியாள்

சங்க ஔவை, தனிப்பாடல் ஔவை, நீதிநூல் ஔவை, பக்தி ஔவை ஆகியோர் அறிஞர்களிடத்தும், சாமானியர்கள் மத்தியிலும் புகழ்பெற்று விளங்குவதுபோல் பிற்காலத்து ஔவைகள் புகழ் பெறவில்லை. ஔவையின் பெயரில் உள்ள பலர் அறிந்திராத ஒரு நூல் 'பெட்டகம்' என்பது. இது 79 பாடல்கள் கொண்டது. 17ஆம் நூற்றாண்டில் எழுதப்பட்டிருக்கலாம் என்று நம்பப்படுகிறது. இந்நூலுக்கு உரை எதுவும் எழுதப்பட்டிருப்பதாகத் தெரியவில்லை. இதில் நிறைய புராணக் கதைகள் அடுக்கிச் சொல்லப்பட்டிருக்கின்றன. சில புராணச் செய்திகளை என்னால் தேடி அடைய முடியவில்லை.

அகளங்கச் சோழனின் அரண்மனையில் வேலைசெய்துவருகிறான் ஒருவன். அவன் வேலைக்குச் சென்ற பிறகு அவன் மனைவி வேறு ஒருவனுடன் கள்ளத்தனமாகக் கூடுவதை வழக்கமாக வைத்துள்ளாள். அவனோ மனைவியின் மீது அதீத அன்பும் நம்பிக்கையும் கொண்டவன். இந்நிலையில் அவனை நிரந்தரமாக ஒழித்துக் கட்டும் எண்ணத்தோடு, தனக்குக் கடுமையாகத் தலை வலிக்கிறதென்றும், வெள்ளை

முதலை அடைந்திருக்கும் குழி மண்ணும் வேங்கை ஒளிந்திருக்கும் புதர் மண்ணும் சேர்த்து அரைத்துப் பூசினால்தான் இந்தத் தலைவலி தீரும் என்றும் சொல்லி அவள் வஞ்சகம் செய்கிறாள். அந்த அப்பாவியும் அவற்றைத் தேடிக் காடு செல்லத் துணிகிறான். வழியில் ஔவையைக் காண்கிறான். அவள் பசிக்கு உணவளித்து உபசரிக்கிறான். அவன் தன் பயணம் குறித்துச் சொல்ல, அவனது மனைவியின் சதித்திட்டத்தை அறிந்து, அதை அவனிடம் எடுத்துரைக்கிறாள் ஔவை. அவனோ தன் மனைவி உத்தமி என்று திரும்பத் திரும்ப வாதிடுகிறான். அவனை ஒரு பெட்டகத்துள் ஒளித்துவைத்து, அதை அவன் வீட்டிற்கே எடுத்துப் போய், மனைவியின் நடத்தையை அறிந்துகொள்ளச் செய்கிறாள் ஔவை என்கிறது கதை.

பெட்டிக்குள் இருக்கும் அவனை நோக்கி, 'பெட்டகமே! பெட்டகமே!' என்று விளித்துப் பாடுவது போல் நூல் அமைந்துள்ளது. இதில் பத்தினி தெய்வங்களின் கதையும் நெறி பிறழ்ந்த பெண்களின் கதையும் பேசப்பட்டுள்ளன.

கண்ணும் கருத்தும் உனக்கிருந்தும் வெளிக்
காரியமெல்லாம் தெரிந்திருந்தும்
பெண்ணின் மதியிலகப்பட்டு உழன்றனை
பேய்மதி ஏது சொல் பெட்டகமே (4)

மானைப் பிடியென்று ஜானகி சொல்லிய
வார்த்தைக்கு ராமன் தொடர்ந்ததினால்
ஈனமும் துன்பமும் வந்த கதைகளை
ஏனறியாயோ சொல் பெட்டகமே (6)

ஈசனிருப்பிடங் கண்டாலும் உமை
பாசவலைதனை வென்றாலும்
வாசமலர் குழல் மாதர் மனத்தை
வகுத்தறிவாருண்டோ பெட்டகமே (24)

ஔவையின்மீது சினம் கொண்டு அவளை நம்பாது எதிர்ப்பேச்சு பேசியபடியேதான் கூட வருகிறான் அவன். "என் மனைவிமீது அபாண்டம் சொன்னால் நீ நரகத்திற்குத்தான் போவாய்" என்கிறான். அவள் தன் வீட்டுப் படி தாண்டாதவள். பக்கத்து வீடு எப்படி இருக்குமென்றுகூட அவளுக்குத் தெரியாது என்கிறான்.

கொண்டவள் மார்க்கம் அறிந்த வரையிலும்
கூறென்று சொல்லிய காலத்திலே
அண்டை வீடு இன்ன விதம் இருக்குமென்று
அறியாள் என்றாயே பெட்டகமே (34)

கோதை என் மாதைப் பழுதுரைத்தாற் பாவம்
கொள்ளும் நரகெய்து மென்றீரே – இதைக்
கேட்டுக்கொள் பெட்டகமே – எண்ணிப்
பார்த்துக்கொள் பெட்டகமே

"வண்ணானுக்கு வண்ணாத்தி மேல ஆச, வண்ணாத்திக்கு கழுத மேல ஆச" என்று ஒரு பழமொழி உண்டு. அந்தப் பழமொழி இடம்பெறுகிறது ஒரு பாட்டில்.

ஏகாலிக்கு அவள் மேலும் அவளுக்கு
இசைந்த கழுதை மேலும் என்றேன் – இப்போ
பார்த்துக்கொள் பெட்டகமே – உற்றுக்
கேட்டுக்கொள் பெட்டகமே (47)

(ஏகாலி – வண்ணார்)

நளாயினி, அருந்ததி, வாசுகி போன்ற கற்புக்கரசி களின் கதைகள் சொல்லப்பட்டிருக்கின்றன.

கொண்ட புருஷனைத் தாசியிடத்திற்கு
முதுகில் தூக்கி நடப்பவளை
விடியிற் தாலி அறுப்பை என்றான்
விடியாமல் செய்தாளென்றோ பெட்டகமே (74)

'கொக்கென்று நினைத்தாயோ கொங்கணவா?" என்று கேட்டுச் சிரித்த பதிவிரதையின் கதையும் இடம்பெற்றுள்ளது

கொக்கென்று இருந்தையோ கொங்கணவா என்று
கூறும் ஒருத்தி புகழனைத்தும்
இக்கலி காலத்திலுள்ளதுவே அதை
எண்ணியறியாயோ பெட்டகமே (75)

மகாபாரதத்தில் சந்திர குலத்தைத் தோற்றுவித்தவ னாகச் சொல்லப்படும் புரூரவன் என்பவனின் கதை சொல்லப்பட்டுள்ளது. இவன் ஒரு அரசனின் மகளை மணமுடித்து வாழ்ந்துவரும்போது "சனி பிடிக்கும் காலம்" வர, அதனால், நாடிழந்து, பக்கத்து ஊர் சென்று, அங்கு ஒரு வணிகனிடம் விறகு வெட்டியாக வேலை செய்கிறான். அவன் மனைவியும் இவனை நீங்காது

உடன் வந்து நெல் குத்தும் பணி செய்கிறாள். இந்தக் கதை பெட்டகத்தில் குறிப்பிடப்பட்டுள்ளது.

> அண்டர் புகழும் புரூரவ வேந்தர்கு
> அமைந்த மனைவி அயலூரிற்
> குண்டுக்கல்லாக வமைந்த கதைதனைக்
> கூறவுங் கேட்டிலை பெட்டகமே   (71)

அவள் குண்டுக்கல்லில் நெல் குத்தவில்லை. அவளே அந்தக் குண்டுக்கல். அவ்வளவு உறுதி! அவ்வளவு வேதனை!

ஔவை பாடி முடித்ததும், "வெளியில் வா" என்று சொல்ல, பெட்டகம் திறந்து கணவன் வெளியே வருகிறான். காதலன் அங்கிருந்து ஓடி மறைகிறான். கணவன் ஔவையை வணங்கி இல்லறத்தைத் வெறுத்துத் துறவறம் பூண்டான் என்கிறது கதை.

> ஆயிரமோ ஒரு பானை நிறைந்த
> அமுதுக்கும் ஒன்று பதமாகும்
> மாயமதாகத் திறந்து வெளியில்
> வரவும் சமயமே பெட்டகமே   (79)

கணவனிடம் இல்லாமல் கழுதையிடம் இருந்த அது எது?

ஔவை நிகண்டு

நிகண்டுகளை அகராதிக்கு முந்தைய வடிவம் என்று சொல்லலாம். இவை அகராதியின் அகர வரிசை அமைப்பை உடையவை அல்ல. பொருள் அடிப்படையில் பட்டியல் தருபவை. ஒன்றையே சுட்டும் வேறு வேறு பெயர்களைத் திரட்டித் தருபவை. பழந்தமிழ் இலக்கிய நூல்களில் காணப் படும் அருஞ்சொற்களுக்கான பொருளை நிகண்டுகளின் மூலம் அறிந்துகொள்ள லாம். பிங்கல நிகண்டு, சூடாமணி நிகண்டு ஆகியவை புகழ்பெற்றவை. இவை செய்யுள் வடிவில் இருப்பதால் சிலருக்கு உரை தேவைப்படலாம்.

என்னளவில் நிகண்டுகள், அகராதிகள் போன்றவை வெறும் தகவல் களஞ்சியங்கள் அல்ல. அவை தனியே ஒரு இலக்கியம். அதை வாசிப்பது முக்கியமான இலக்கிய வாசிப்புதான். சமீபத்தில் "இலக்கியச் சொல்லகராதி" என்னும் பழைய அகராதி ஒன்றை வாசித்துக்கொண்டிருந்தேன். அதில் "வாத விநோதிகள்" என்று ஒரு சொல். அதற்கு "வாதஞ் செய்தலாற் பொழுது கழித்து விளையாடுபவர்" என்று பொருள் தரப்பட்டிருந்தது. உரையாடி உரையாடித்தான் ஒரு சமூகம்

மேலே செல்ல முடியுமென்றும், பேசிப் பேசித்தான் பிரச்சினைகளைத் தீர்க்க முடியும் என்றும் நமது அறிஞர்கள் சொல்கிறார்கள். அது உண்மையும்தான். ஆனால் சமயங்களில், 'உரையாடல்' கேளிக்கைக்குப் பதிலியாகவும், 'வாதம்' சண்டைக் காட்சிகளுக்குப் பதிலியாகவும் அமைந்துவிடுவதுண்டு. அப்படியான பேச்சு வெறுமனே ஒரு சுவாரஸ்யமான விளையாட்டு. பொழுதைக் கழிக்கும் வெற்று அரட்டை. 24 மணிநேர மும் இடைவிடாது ஓடிக்கொண்டிருக்கும் நமது செய்திச் சேனல்களில் 'வாத விநோதிகளு'க்குப் பஞ்ச மில்லை. அறிஞர்கள் 'குஸ்தி' செய்வதையும்' சமயங்களில் காண நேர்கிறது.

ஔவையும் ஒரு நிகண்டு எழுதியிருப்பதாகச் சொல்லப்படுகிறது. ஆனால் அதில் ஒரே ஒரு பாடல்தான் இப்போது கிடைக்கிறது. அதில் 16 வகை வாசனைப் பொருட்கள் பட்டியலிடப்பட்டிருக்கின்றன.

"ஏலம், தக்கோலம், சூடன்
இலவங்கம், சாம்பிராணி
காலஞ்செல் அகில், சந்து, ஓங்கு
கத்தூரி, புனுகு, மௌவல்
கோலமார் மருக்கொழுந்து, வெட்டி
குங்குமம், இலாமிச்சம் வேர்
சாலும் சண்பகம், சவ்வாது
சாற்றும் சோடச வாசப்பேர்"

(சோடசம் – பதினாறு)

"பிடக நிகண்டு" என்கிற ஒன்றை ஔவை எழுதியதாகச் சொல்வர். ஆனால் அது கிடைக்கப் பெறவில்லை.

பந்தனந்தாதி – கபிலன் திடுக்கிடும் ஒரு வரி

ஔவை என்கிற பெயரை மட்டும் வரித்துக் கொண்ட ஒரு சாதாரணக் கவிஞர் எழுதியதாக இந்த நூல் இருக்கக் கூடும் என்றும், ஔவை என்கிற பெயர் தாங்கியிருப்பதால் வேறு வழியின்றி ஔவையார் படைப்புகளின் பட்டியலில் இதைச் சேர்க்க வேண்டியிருப்பதாகவும் சொல்கிறார் தாயம்மாள் அறவாணன். “இலக்கியச் செழுமை இல்லாது வெற்றுச் சொற் குவியலாக அமைந்துள்ளது” என்றும், “ஆயிர வைசியர்” என்கிற ஒரு சாதியை முன்னிறுத்துகிறது என்றும் சாடுகிறார். “நான் ஔவை” என்கிற சொற்றொடரும், ஔவை நெல்லிக்கனி பெற்ற கதையும் இந்த நூலில் இடம் பெற்றுள்ளன.

காவிரிப் பூம்பட்டினத்தில் வாழ்ந்த வணிகன் பந்தன் என்பவன் ஒரு முறை கடலில் செல்லும் போது, கடலுக்கு மேல் ஏந்திய இரண்டு கைகளை மட்டும் காண்கிறான். தன்னிடம் இருக்கும் எல்லாவற்றையும் அந்தக் கையில் வைத்துவிட்டு, கடைசியில் தன்னையும் தூக்கி அந்தக் கையில் வைக்கிறான்.

அந்தக் கை அவனை நாகலோகம் கொண்டுசெல்கிறது. நாகராஜனிடமிருந்து பெருஞ் செல்வங்களையும், பொன்னாலான ஒரு போர்வையையும், நீண்ட காலம் உயிர் வாழச் செய்யும் நெல்லிக்கனியையும் பெற்றுத் திரும்புகிறான். கனியில் பாதியைத் தன் நாட்டு அரசனுக்கும், மீதியை ஔவைக்கும் அளித்தான் என்கிறது கதை. நறுமணம் மிக்க போர்வையையும் அவன் ஔவைக்கே அளிக்கிறான். அதனால் மகிழ்ந்த ஔவை பந்தனந்தாதியையும், 'நவமணி மாலை' என்கிற நூலையும் படைத்தார் என்று சொல்லப்படு கிறது. இந்நூல் பின்னது கிடைக்கப்பெறவில்லை.

பந்தனந்தாதியில் நூறு பாடல்கள் உள்ளன. அவற்றில் பந்தனின் கொடைச் சிறப்பு, குடிச்சிறப்பு போன்றவை போற்றப்படுகின்றன. பந்தனைத் தலைவனாகக்கொண்டு பாடப்பட்ட சில அகப்பாடல் களும் உள்ளன. பந்தன் இந்த நூலில் மாநாகன் என்றும், நாகந்தை என்றும் அழைக்கப்பட்டுள்ளான்.

நான் ஔவை என்றிரங்கி வாழ்த்தினேன் மற்றவனும்
ஏன் ஔவையே யென்று இறைஞ்சினான் –
நானும் கேள்
மன்னும் புகார் வணிகன் மாநாகன் பந்தனெனும்
பொன்னைச் சேமித்தேன் பொதிந்து (22)

கோமன்னர் தங்கள் குடிப்பின்பு வந்துதித்தோன்
மாமண்டலம் புகழு மாநாகன்– பூமன்னும்
புண்டரிக மங்கை பொருந்தும் புகார் வணிகன்
எண் திசைக்குந் தன் புகழே ஏந்து (11)

(புண்டரிக மங்கை – திருமகள்)

என்ன குறையென்று எவரிடத்தும் சென்றறியேன்
மன்னவர் மன்னென்னும் மாநாகன் – மின்னுருவ
மாகங்கொண் மாடமதிற் புகார் பந்தனெனும்
நாகந்தையைக் கண்ட நான். (37)

காணக்கிடைக்குமோ நாகந்தைப் பந்தனைப் போல்
தோனிக் கொடுப்பதற்குத் தொல்லுலகில் – வீணிற்
பிறந்தென் கொல் வாழ்ந்தென் கொல் பேசியென் கொல்
திறந்தென் கொல் ஏமாந்தென் கொல் (99)

பந்தன் நல்வாழ்வு வாழ வேண்டும். பந்தனல்லாதார் எக்கேடும் கெடட்டும் என்கிற எல்லைவரை சென்று

விடுகிறது ஒரு பாடல். ஔவை என்கிற பெயரில் இப்படி ஒரு வரியை வாசிக்க நமக்கும் கூசிவிடுகிறது.

பூம்புகார்ச் சொல் வணிகன் பந்தனல்லார்
வாழ்ந்தால் என் வாழாக்கால் என்

பிராமணர், சத்திரியர், வைசியர், சூத்திரர் என வர்ணாசிரமம் சொல்லும் நான்கு விதமான சாதி அடுக்கில் மூன்றாவதாக உள்ள வைசியர் குடிதான் பந்தனின் குடி. ஆகவே அந்தக்குடி நூல் முழுக்க முன்னிலைப்படுத்தப்பட்டுள்ளது. "முற்குடியான மூன்றாம்குடி" என்றும், "முனிக்குடியாம் மூன்றாம் குடிக்கோன்" என்றும் போற்றப்பட்டுள்ளது.

நமது பழந்தமிழ் இலக்கியங்களில் "கூடலிழைத்தல்" என்கிற நம்பிக்கை ஒன்று பேசப்படுகிறது. தலைவி மணலைப் பரப்பி, அதில் கண்களை மூடிக் கொண்டு, சுட்டுவிரலால் ஒரு வட்டம் வரைய வேண்டும். அந்த வட்டம் தொடங்கிய புள்ளியிலேயே பிசிறின்றிக் கூடிவிட்டால் தலைவியின் எண்ணம் நிறைவேறும் என்பது நம்பிக்கை. நாச்சியார் திருமொழியின் நான்காவது பத்துப் பாடல்கள் கூடலிழைத்தல் வகையில் அமைந்தவை. இந்த நூலிலும் 'கூடலிழைத்தலில்' ஒரு பாடல் உள்ளது . . .

சேர்ந்துவர மணலைச் செங்கையால் தான் பரப்பி
ஏந்திழை இழைத்த கூடலே என்னாவாய் ஆர்ந்து
வடிகெழு வேல் வல்லோன் வளருங் கருடக்
கொடியுடையோன் பந்தன் வரக் கூடு (68)

தூதுப் பாடல் ஒன்று . . . பந்தனின் பிரிவால் தான்பட்ட வேதனை யாவற்றையும் புகார் செல்லும் மேகத்திடம் சொல்லி அனுப்புகிறாள் ஒருத்தி

இன்றடுத்த மேகங்காள் எவ்வூர்க்குப் போகின்றீர்
குன்றடுத்த தோளான் கொடைப் பந்தன் – மன்றுற்ற
தேன்பட்ட சோலை திகழ் புகார் சென்றணுகி
யான் பட்டதை இயம்பும் இன்று (54)

மழைக்குக் காலம் உண்டு. மேலும் அது கடல் நீரை முகந்துதான் மழையாகப் பொழிகிறது. ஆனால் பந்தன் என்னும் மழை அப்படியல்ல.

காலம் வரையாது கடனீர் முகவாது
ஞாலத்து இரவலர்க்கு நன் கிளைக்கும்–கோலஞ் சேர்

காப்பந்தன் மாநாகன் காவிரி பூம் பட்டிணத்து
மாப்பந்தன் என்னும் மழை (4)

(கிளை – சுற்றம்)

"பாரி ஒருவனும் அல்லன், மாரியும் உண்டு, ஈண்டு உலகு புரப்பதுவே" என்கிற வரியின் மூலம் அழியாப் புகழ் பெற்ற கபிலன் திடுக்கிடும் ஒரு வரி இது.

கல்வி ஒழுக்கம் – மாசறு கல்வி

'கல்வி ஒழுக்கம்' என்னும் நூல் 18ஆம் நூற்றாண்டு நூலாகக் கருதப்படுகிறது. "அரகரா ஔவையார் கல்வி ஒழுக்கம் படிச்சு முடிஞ்சது" என்ற வழக்கு கொங்கு நாட்டில் பரவலாகக் காணப்படுவதாகவும், ஆகவே இந்த ஔவை கொங்கு நாட்டைச் சேர்ந்தவராக இருக்கலாம் என்றும் சொல்லப்படுகிறது.

இது ஆத்திசூடியைப் போன்றே அகர வரிசையால் அமைந்த 90 பாடல்களைக் கொண்டது. இந்நூலில் நிறைய பாடபேதங்கள் உள்ளதாகவும், வேதக்கல்வியை வலியுறுத்தும் வண்ணம் பிற்காலத்தவர்கள் இதில் நிறைய மாற்றங்கள் செய்திருக்க வாய்ப்புள்ளதென்றும் சொல்கிறார் தாயம்மாள் அறவாணன். "அய்ந்து வயதில் ஆதியை ஓது" என்றும், "அய்ந்து வயதில் ஆரியம் ஓது" என்றும் இரு வேறு பாடங்கள் உள்ளன.

கல்வியின் மேன்மை, கற்றலின் அவசியம், கல்லாமையின் இழிவு போன்றவை நூலில் ஒற்றை வரி நீதிகளாகச் சொல்லப்பட்டிருக்கின்றன.

சில பாடல்கள் . . .

5. உடைமை என்பது கல்வி உடைமை

20. கெடுப்பினும் கல்வி கேடு படாது

41. தூர்த்தர் என்பவர் சொல் எழுத்து அறியார்

67. பொன்னைக் கொடுத்து நன்னூல் அறி

80. வல்லமை என்பது சொல்லிய கல்வி

50. நீசர் என்பவர் நெறியுடன் கல்லார்

74. மூர்க்கர் என்பவர் முதல்நூல் அறியார்

அவசியம் கற்க வேண்டும். அதுவும் கசடறத் தெளிவாகக் கற்க வேண்டும். "சுற்றம் என்பது துகளறு கல்வி" என்கிறது ஒரு பாடல். துகள் எனில் குற்றம். "மாசறக் கற்றவர் மாநிலம் ஆள்பவர்" என்கிறது இன்னொரு பாடல்.

...... செற்றாரைச் சேர்ந்தவர், தெற்றென
உற்றது உரையாதார்; உள்கரந்து பாம்பு உறையும்
புற்ற அன்னார், புல்லறிவினார்.

அறிவைத் தெளிவாக விளக்கி உரைக்க இயலாத ஒருவன் பகைவனைப் போன்றவன். அறிவற்ற மூடனோ புற்றில் உறையும் பாம்பைப் போன்றவன் என்கிறது நான்மணிக் கடிகை.

கணபதி
ஆசிரிய விருத்தம் -
வெகு வித்தை தா!

இதுவும் 18ஆம் நூற்றாண்டைச் சேர்ந்த நூலாக இருக்கலாம் என்று நம்பப்படுகிறது. இலக்கிய வரலாற்றில் சொல்லப்படும் ஔவைகளுள் பலரும் விநாயகர் வழிபாட்டை முதன்மையாகக் கொண்டவர்களாகக் காணப்படுகிறார்கள். தனிப்பாடலில் பாரி மகளிர்க்குக் கண்ணால ஓலை எழுத வரும்படி ஔவை அழைப்பது விநாயகனைத்தான். வராவிட்டால் சபித்துவிடுவேன் என்று மிரட்ட வேறு செய்கிறார். ஆத்திசூடி, கொன்றைவேந்தன், நல்வழி, மூதுரை ஆகிய நீதி நூல்களுக்கான காப்புத் தெய்வம் விநாயகர்தான். விநாயகர் அகவல், வேழ முகம் ஆகியவை வெவ்வேறு ஔவைகளால் பாடப்பட்ட விநாயகர் துதிப்பாடல்களாகும்.

சுந்தர மூர்த்தி நாயனாரும், சேரமான் பெருமாளும் கைலாயம் செல்லுகையில் ஔவையையும் உடன் அழைக்கிறார்கள். ஔவை அப்போது விநாயகர் பூசையில் இருக்கிறார். அவர்களுடன் தானும் கைலாயம் செல்ல விரும்பிய ஔவை பூசையைத் துரிதப்படுத்துகிறார். இதைக்

கண்ட விநாயகர், "ஔவையே! வழக்கம் போல் பதறாமல் நிதானமாகப் பூசை செய்! நான் அவர்களுக்கு முன்பாக உன்னை கைலாயத்தில் சேர்த்து விடுகிறேன்" என்கிறார். சொன்னபடியே சேர்க்கவும்செய்கிறார். அப்போது பாடப்பட்ட நூல் "விநாயகர் அகவல்" என்று சொல்லப்படுகிறது. அப்போது பாடப்பட்ட நூல் இந்த "கணபதி ஆசிரிய விருத்தம்" என்று இன்னொரு கதையும் உண்டு.

11 பாடல்களால் ஆன இந்த நூலில் வடசொற்கள் அதிகம் விரவிக் கிடக்கின்றன. வல்லபையை இடத் தொடையில் ஏந்திய "வல்லபை கணபதி" போற்றப்பட்டுள்ளார். "மரகதப் பிரபை", "சந்திரவதனி", "விண்மகள்", "வீசுமலர்" என்று பலவாறு வல்லபை வர்ணிக்கப்படுகிறார்.

ஒவ்வொரு பாடலும் விநாயகனை "குணபதி ஸ்ரீ மகாகணபதி விகடதட கும்ப கெம்பீர தரனே" என அழைத்து முடிகின்றன. விகடம் காட்டுகிற பானை வயிறன் அவன். தொந்திக் கணபதியிடம் சிக்ஸ் பேக் கணவர்களை யாசித்து அதிகாலையிலேயே அவர் ஆலயங்களை முற்றுகையிடுவது நமது இளம்பெண் களின் வழக்கம். 'தொந்தி', கணபதிக்கு மட்டுமேயான வசீகரம். "வசீகர கிருபையாளனே!" என்றேத்துகிறது இந்நூல்.

ஔவை என்கிற சொல்லோடு பசி என்கிற சொல்லும் நூற்றாண்டுகள் கடந்து, கூடவே வருகிறது. புலமையின் இதயம் வறுமையை இச்சிக்கிறதோ என்னவோ?

அடைமடம் எனாதபடி அடியேனிருக்குமிடம்
அன்னதானம் பகிரவும்
அந்தணர் தபோதனர்கள் செந்தமிழ்ப் புலவர்
களகதேசி பரதேசி
யார்கிடமுடைய மனதினுடன் எங்கும் பிரகாசமாய்
இட்டுண்டு இரட்சை பெறவும்
இகலோகம் பரலோகம் எளிதாகவே சற்றிரங்கி
எனை ஆண்டருள்வாய் . . . (5)

களகம் எனில் பெருச்சாளி என்கிறது அகராதி. களகதேசி என்பது பெருச்சாளி வாகனான கணபதியை விளிப்பதாக இருக்கலாம். களகம் என்கிற சொல்லிற்கு

நெல் என்று இன்னொரு அர்த்தமும் இருப்பதால் அது ஆகுபெயரால் உழவர்களைக் குறிப்பதாகவும் இருக்கலாம்.

ஒருவரைப் பொய்யாகப் புகழ்ந்து வாழ வேண்டிய இழி நிலை வாராது காக்க வேண்டுகிறார் . . .

வீமனெனவோ, தனுவில் விசயனெனவோ,
கனகமேருவெனவோ, மயிலின்மேல்

வீரனெனவோ, கொடிய சூரனெனவோ, உக்கிர
விக்கிர மாதித்தனெனவோ

காமனெனவோ, பெரிய சோமனெனவோ, கொடைக்
கண்ண னெனவோ, உனையெனாக்
கடையரிற் கடையரைப் புகழ் சொல்லியவர் வாயில்
காவாதபடி அருளுவாய் . . . . . .

"சங்கத்தமிழ் மூன்றும் தா!" என்று நீதி நூல் ஔவை கேட்டது போல, இந்த ஔவையும் "தமிழ் தொடுக்கின்ற வெகுவித்தை தா!" என்று வேண்டுகிறார்.

வேழமுகம் – நொடியில் அமுது செயல்

இதுவும் விநாயகர் வழிபாட்டை முன்னிறுத்தும் நூல். நூலில் பள்ளிப் பிள்ளைகளுக்கான விநாயகர் வழிபாடு சுட்டப்படுகிறது. பள்ளி சென்று கற்கும் வழக்கம் ஐரோப்பியர் வருகைக்குப் பின் நிகழ்ந்தது என்பதால் இந்நூல் 18 அல்லது 19 ஆம் நூற்றாண்டைச் சேர்ந்ததாக இருக்கலாம் என்கிறார் தாயம்மாள் அறவாணன். முழு நூலுமே எளிமையாக, பள்ளிப் பிள்ளைகள் வாசிக்க எழுதியது போல்தான் உள்ளது. இதில் விநாயகரோடு சரஸ்வதியும் போற்றப்பட்டுள்ளார்.

சரஸ்வதி சிந்தனை

புத்தகத்துள் உறை மாதே
பூவிலமர்ந்துறை வாழ்வே...
தக்கோலம் தின்ற துவர்வாயாய்
சரஸ்வதி என்னுந் திருவே
எக்காலு முன்னைத் தொழுவோம்
எழுத்தறி புத்தி பண்ணுவிப்பாய்

நங்காய் நங்காய் நமஸ்து
ஞானக் கொழுந்தே நமஸ்து

பள்ளியிற் பிள்ளையார் சிந்தனை

ஆறு தேங்காய் வல் தூணி
அதற்குத் தகுந்த வெள்ளுருண்டை
நூறு குடலை மாம்பழம்
நொடிக்கும் அளவில் அமுது செய்ய
வல்ல பிள்ளாய்
சூடாய் பாடாய் சங்கீதம்
அடியேன் காண நின்றாடாயே...

பள்ளித் தடுக்கும் கையேடும்
படிக்குஞ் சுவடியைப் பரிந்தெடுத்து
துள்ளித் திரியுங் கால் தன்னை
சுகமே நிறுத்தும் பிரானாரே
ஓடாதே ஒளியாதே

நொடிக்கும் அளவில் அமுது செய்ய வல்லவரே!
ஆற அமர எம்மை ஏதாவது செய்யும்!

நீதி ஒழுக்கம் – இறையனார் விளையாட்டு

நீதி ஒழுக்கம் என்னும் நூல் ஒற்றை வரியாலான 78 நீதிகளைப் போதிக்கிறது. காப்புப் பாடலாக விநாயகர் துதி உள்ளது. “மதியார் வாசல் மிதியாதே” என்னும் பிரபலமான நீதி இதில் இருக்கிறது. அரகரா ஔவையார் அருளிச் செய்த நீதியொழுக்கம் படிச்சு முடிஞ்சுது என்கிற குறிப்பு நூலின் முடிவில் உள்ளது. இந்நூல் முன்பு கிடைக்கப் பெறவில்லை என்றும், 2003இல் ஓலைச்சுவடியாகக் கொங்குப் பகுதியில் கிடைத்த நூலை புலவர் செ. இராசு, என். கொளந்த சாமி இருவரும் இணைந்து பதிப்பித்ததாகத் தெரிவிக்கிறார் தாயம்மாள் அறவாணன். பெரும்பாலும் எளிய அறிவுரைகளாகவே காணப்படுகின்றன. தேங்காய்ச் சூதும் கோழிச் சண்டையும் கடியப்பட்டுள்ளன.

பலதாரத்தை விரும்பாதே!
பள்ளத்தில் ஓடிக் குதியாதே!
அடைக்கலப் பொருளை அழியாதே!
கனத்த பாரம் எடுக்காதே!
அளக்கும் நாழியைக் குறையாதே!
சிறியார்க்கு இனியது காட்டாதே!
நடக்கும் தடத்தை முடக்காதே!
மனத்தில் சுவடுகள் செய்யாதே!

“வடவர் காதை சொல்லாதே!” என்கிறது ஒரு பாடல். இராமயணம், மகாபாரதம் போன்ற வடவர் காப்பியங்கள் புகழ்பெற்ற அளவு தமிழ்க் காப்பியங்களான சிலப்பதிகரமோ, மணிமேகலையோ தமிழர்களிடையே போதுமான அளவு புகழ் பெறவில்லை. அந்த வருத்தமே இந்தப் பாடலில் ஒலிப்பதாகச் சொல்கிறார் தாயம்மாள்.

“தலையை விரித்து நடவாதே!” என்கிறது ஒரு நீதி. ‘லூாஸ்ஹேருக்கு’ மயங்குபவனை இந்நீதிக்கு உரை சொல்லும் இடத்தில் அமர்த்தியது இறையனாரின் திருவிளையாடல்களில் ஒன்று.

தரிசனப்பத்து – ஞானப்பழம்

இது முருகன் துதிப்பாடல்களால் ஆன நூல் ஆகும். 'பத்து' என்று பெயர் இருப்பதால் பத்துப் பாடல்கள் இருந்திருக்க வேண்டும். ஆனால் அவை முழுமையாகக் கிடைக்கப் பெறவில்லை. பாடல்களில் முருகனின் தோற்றமும் கருணையும் போற்றித் துதிக்கப்படுகின்றன.

முருகன் தன்னுடைய கருணையால் சூரனை ஒழித்ததுபோல் பிற தெய்வங்களையும் வென்றவன்.

பின்னையொரு தெய்வத்தை வணங்கிலேன் நான்
பேசரிய ஆலயமும் தொழுகிலேன் நான்
என்ன தெய்வம் தெய்வமெல்லாம் யண்ணே கண்டேன்
எங்கொளிந்தாய் சூரனைப் போல் இவர்களெல்லாம்
உன்னையல்லால் வேறுலகில் தெய்வமுண்டோ ?"

"உன் சின்னமுகம் பணிரண்டும் கையும் வேலும்
திருவடியும் அடியார்க்குத் தெரிசிப்பாயே

முதுமை முற்றி அழியும் முன்னே உன் தரிசனம் தா என்கிறாள்

ஐவருமோ தானொடுங்கிப் போக மின்னும்
ஆலம் போல் விளித்த கண்கள் பஞ்சடையா
மின்னும் . . .
உய்வதற்கு உனக்கடிமை ஆகினேன் நான்...

'ஆலம்' எனில் இங்கு மழை. மழைபோல் ஒளி பொருந்திய கண்கள் பஞ்சடைவதற்கு முன்னரே முருகனின் அருள் வேண்டும்.

ஔவை, முருகன் உறவு பற்றிய கதைகள் திருவிளையாடல், கந்தன் கருணை போன்ற புகழ்மிக்க திரைப்படங்களின் வழியே பலரும் அறிந்ததே.

"அப்பா! ஞானப்பழமே நீ, உனக்கொரு பழம் தேவையா?" என்று சுந்தராம்பாள் முருகனிடம் கேட்பதை நீங்கள் கேட்டிருக்கிறீர்களா?

அது வசனம் அல்ல, பாடல்!

பின்னிணைப்பு

சங்கப் பாடல்கள்

கைகவர் முயக்கம்

1

வானம் ஊர்ந்த வயங்கு ஒளி மண்டிலம்
நெருப்பு எனச் சிவந்த உருப்பு அவிர் அம்காட்டு
இலை இல மலர்ந்த முகை இல் இலவம்
கலிகொள் ஆயம் மலிபு தொகுபு எடுத்த
அம் சுடர் நெடும் கொடி பொற்பத் தோன்றிக்
கயம் துகள் ஆகிய பயம்தபு கானம்
எம்மொடு கழிந்தனர் ஆயின், கம்மென
வம்பு விரித்து அன்ன பொங்கு மணல் கான்யாற்றுப்
படு சினை தாழ்ந்த பயில் இணர் எக்கர்
மெய் புகுவு அன்ன கைகவர் முயக்கம்
அவரும் பெறுகுவர் மன்னே நயவர
நீர் வார் நிகர் மலர் கடுப்ப ஓ மறந்து
அறு குளம் நிறைக்குந போல, அல்கலும்
அழுதல் மேவல ஆகி
பழி தீர் கண்ணும் படுகுவ மன்னே

(அகநானூறு – 11)

2

ஓங்குமலைச் சிலம்பில் பிடவுடன் மலர்ந்த
வேங்கை வெறித்தழை வேறுவகுத்து அன்ன
ஊன்பொதி அவிழாக் கோட்டுஉகிர்க் குருளை
மூன்று உடன் ஈன்ற முடங்கர் நிழத்த
துறுகல் விடர்அளைப் பிணவுப்பசி கூர்ந்தென
பொறிகிளர் உழுவைப் போழ்வாய் ஏற்றை
அறுகோட்டு உழைமான் ஆண்குரல் ஓர்க்கும்
நெறிபடுகவலை நிரம்பா நீளிடை

வெள்ளிவீதியைப் போல நன்றும்
செலவு அயர்ந்திசினால் யானே, பலபுலந்து
உண்ணா உயக்கமொடு உயிர்செலச் சாஅய்
தோளும் தொல்கவின் தொலைய, நாளும்
பிரிந்தோர் பெயர்வுக்கு இரங்கி
மருந்து பிறிது இன்மையின், இருந்து வினைஇலனே

(அகநானூறு – 147)

3

வாடல் உழுஞ்சில் விளைநெற்று அம்துணர்
ஆடுகளப் பறையின் அரிப்பன ஒலிப்பக்
கோடை நீடிய அகன்பெரும் குன்றத்து
நீர்இல்ஆர் ஆற்று நிவப்பன களிறுஅட்டு
ஆள்இல் அத்தத்து உழுவை உகளும்
காடுஇறந்தனரே காதலர், மாமை
அரிநுண் பசலை பாஅய்ப் பீரத்து
எழில்மலர் புரைதல் வேண்டும் அலரே
அன்னி, குறுக்கைப் பறந்தலைத், திதியன்
தொல்நிலை முழுமுதல் துமியப்பண்ணிப்
புன்னை குறைத்த ஞான்றை வயிரியர்
இன்இசை ஆர்ப்பினும் பெரிதே, யானே
காதலற் கெடுத்த சிறுமையொடு நோய்கூர்ந்து
ஆதிமந்திபோலப் பேதுஉற்று
அலந்தனென் உழல்வென் – கொல்லோ பொலம்தார்க்
கடல்கால் கிளர்ந்த வென்றி நல்வேல்
வானவரம்பன் அடல்முனைக் கலங்கிய
உடைமதில் ஓர்அரண் போல
அஞ்சுவரு நோயொடு துஞ்சாதேனே

(வெள்ளிவீதியார் – அகநானூறு – 45)

4

விசும்புவிசைத்து எழுந்த கூதளம் கோதையின்
பசும்கால் வெண்குருகு வாப்பறை வளைஇ
ஆர்கலி வளவயின் போதொடு பரப்ப
புலம்புனிறு தீர்ந்த புதுவரல் அற்சிரம்
நலம்கவர் பசலை நலியவும், நம்துயர்
அறியார் கொல்லோ, தாமே? அறியினும்
நம்மனத்து அன்ன மென்மை இன்மையின்
நம்முடை உலகம் உள்ளார் கொல்லோ
யாங்குஎன உணர்கோயானே? வீங்குபு
தலைவரம்பு அறியாத் தகைவரல் வாடையொடு
முலையிடைத் தோன்றிய நோய்வளர் இளமுளை
அசைவுஉடை நெஞ்சத்து உயவுத்திரள் நீடி
ஊரோர் எடுத்த அம்பல் அம்சினை

ஆராக்காதல் அவிர்தளிர் பரப்பி
புலவர் புகழ்ந்த நாண்இல் பெருமரம்
நிலவரை எல்லாம் நிழற்றி
அலர்அரும்பு ஊழ்ப்பவும், வாராதோரே

(அகநானூறு – 273)

5

இடை பிறர் அறிதல் அஞ்சி மறைகரந்து
பேஎய் கண்ட கனவின் பன்மாண்
நுண்ணிதின் இயைந்த காமம், வென்வேல்
மறம் மிகு தானை பசும்பூண் பொறையன்,
கார் புகன்று எடுத்த சூர் புகல் நனந்தலை
மாஇரும் கொல்லி உச்சி தாஅய்
ததைந்து செல் அருவியின் அலர் எழ பிரிந்தோர்
புலம் கந்து ஆக இரவலர் செலினே
வரைபுரை களிற்றொடு நன் கலன் ஈயும்
உரைசால் வண்புகழ் பாரி பறம்பின்
நிரைபறை குரீஇ இனம் காலை போகி
முடங்கு புற செந்நெல் தரீஇயர் ஓராங்கு
இரைதேர் கொட்பின ஆகி பொழுது பட
படர்கொள் மாலை படர்தந்து ஆங்கு
வருவர் என்று உணர்ந்த மடம்கெழு நெஞ்சம்
ஐயம் தெளியரோ நீயே பல உடன்
வறல் மரம் பொருந்திய சிள்வீடு உமணர்
கணநிரை மணியின் ஆர்க்கும், சுரன் இறந்து
அழிநீர் மீன் பெயர்ந்து ஆங்கு அவர்
வழி நடை சேறல் வலித்திசின் யானே

(அகநானூறு – 303)

6

நனம்தலை கானத்து ஆளி அஞ்சி
இனம்தலைத் தரூஉம் எறுழ்கிளர் முன்பின்
வரிஞிமிறு ஆர்க்கும் வாய் புகு கடாத்து
பொறி நுதல் பொலிந்த வயக்களிற்று ஒருத்தல்
இரும்பிணர்த் தடக்கையின் ஏமுறத் தழுவக்
கடும்சூல் மடப்பிடி நடுங்கும் சாரல்
தேம்பிழி நறவின் குறவர் முன்றில்
முந்தூழ் ஆய் மலர் உதிர, காந்தள்
நீடு இதழ் நெடும்துடுப்பு ஒசிய தண்ணென
வாடை தூக்கும் வருபனி அற்சிரம்
நம்இல் புலம்பின், தம்ஊர்த் தமியர்
என்ஆகுவர் கொல் அளியர் தாம்? என
எம்விட்டு அகன்ற சில் நாள், சிறிதும்
உள்ளியும் அறிதிரோ ஓங்கு மலை நாட

உலகுடன் திரிதரும் பலர் புகழ் நல்லிசை
வாய்மொழிக் கபிலன் சூழ, சேய் நின்று
செழுஞ்செய் நெல்லின் விளைகதிர் கொண்டு
தடந்தாள் ஆம்பல் மலரொடு கூட்டி
யாண்டு பல கழிய, வேண்டுவயிற் பிழையாது
தாள்இடக் கடந்து, வாள் அமர் உழக்கி
ஏந்து கோட்டு யானை வேந்தர் ஓட்டிய
கடும்பரிப் புரவி கைவண் பாரி
தீம்பெரும் பைஞ்சுனைப் பூத்த
தேங்கமழ் புது மலர் நாறும் இவள் நுதலே

(மதுரை நக்கீரனார், அகநானூறு – 78)

7

பெருநகை கேளாய் தோழி காதலர்
ஒரு நாள் கழியினும் உயிர் வேறுபடூஉம்
பொம்மல் ஓதி நம் இவண் ஒழியச்
செல்ப என்ப தாமே சென்று
தம் வினை முற்றி வரூஉம் வரை நம் மனை
வாழ்தும் என்ப நாமே அதன் – தலை
கேழ்கிளர் உத்தி அரவு தலை பனிப்பப்
படுமழை உருமின் உரற்று குரல்
நடுநாள் யாமத்தும் தமியம் கேட்டே

(நற்றிணை – 129)

8

நெய்தல் கூம்ப, நிழல் குணக்கு ஒழுக
கல் சேர் மண்டிலம் சிவந்து நிலம் தணிய
பல் பூங் கானலும் அல்கின்றன்றே
இனமணி ஒலிப்ப, பொழுது படப் பூட்டி
மெய்ம்மலி காமத்து யாம் தொழுது ஒழிய
தேரும் செல்புறம் மறையும் ஊரொடு
யாங்கு ஆவதுகொல் தானே தேம்பட
ஊது வண்டு இமிரும் கோதை மார்பின்
மின் இவர் கொடும் பூண் கொண்கனொடு
இன்நகை மேவி நாம் ஆடிய பொழிலே

(நற்றிணை – 187)

9

முரிந்த சிலம்பின் நெரிந்த வள்ளியின்
புறன் அழிந்து ஒலிவரும் தாழ் இரும் கூந்தல்
ஆயமும் அழுங்கின்று: யாயும் அஃது அறிந்தனள்
அரும் கடி அயர்ந்தனள், காப்பே; எந்தை

வேறு பல் நாட்டு கால் தர வந்த
பல வினை நாவாய் தோன்றும் பெருந்துறை
கலி மடைக் கள்ளின் சாடி அன்ன, எம்
இள நலம் இற்கடை ஒழிய
சேறும்; வாழியோ! முதிர்கம் யாமே

(நற்றிணை – 295)

10

காயாங் குன்றத்து கொன்றை போல
மா மலை விடர் அகம் விளங்க மின்னி,
மாயோள் இருந்த தேஎம் நோக்கி,
வியல் இரு விசும்பு அகம் புதையப் பாஅய்,
பெயல் தொடங்கினவே, பெய்யா வானம்;
நிழல் திகழ் சுடர்த் தொடி ஞெகிழ ஏங்கி,
அழல் தொடங்கினளே ஆயிழை; அதன்எதிர்
குழல் தொடங்கினரே கோவலர்
தழங்கு குரல் உருமின் கங்குலானே

(நற்றிணை – 371)

11

'அரும்துயர் உழத்தலின் உண்மை சான்ம்' எனப்
பெரும்பிறிது இன்மையின் இலேனும் அல்லேன்;
கரை பொருது இழிதரும் கான்யாற்று இகு கரை
வேர் கிளர் மராஅத்து அம் தளிர் போல
நடுங்கல் ஆனா நெஞ்சமொடு, இடும்பை
யாங்கனம் தாங்குவென் மற்றே? – ஓங்கு செலல்
கடும் பகட்டு யானை நெடுமான் அஞ்சி,
ஈர நெஞ்சமோடு இசை சேண் விளங்க,
தேர் வீசு இருக்கை போல
மாரி இரீஇ மான்றன்றால் மழையே.

(நற்றிணை – 381)

12

வாளை வாளின் பிறழ, நாளும்
பொய்கை நீர்நாய் வைகுதுயில் ஏற்கும்
கைவண் கிள்ளி வெண்ணி சூழ்ந்த
வயல் வெள் ஆம்பல் உருவ நெறித் தழை
ஐது அகல் அல்குல் அணி பெறத் தைஇ
விழவின் செலீஇயர் வேண்டும் மன்னோ;
யாணர் ஊரன் காணுநன் ஆயின்,
வரையாமையோ அரிதே; வரையின்
வரைபோல் யானை, வாய்மொழி முடியன்

வரைவேய் புரையும் நல் தோள்
அளிய - தோழி! தொலையுந பலவே

(நற்றிணை – 390)

13

மரந்தலை மணந்த நனந்தலைக் கானத்து
அலந்தலை ஞெமையத்து இருந்த குடிஞை,
பொன் செய் கொல்லனின், இனிய தெளிர்ப்ப,
பெய்ம் மணி ஆர்க்கும் இழை கிளர் நெடுந்தேர்
வன் பரல் முரம்பின், நேமி அதிர,
சென்றிசின் வாழியோ, பனிக்கடுநாளே;
இடைச் சுரத்து எழிலி உறைத்தென, மார்பின்
குறும் பொறிக் கொண்ட சாந்தமொடு
நறுந் தண்ணியன் கொல்; நோகோ யானே?

(நற்றிணை – 394)

உன் ஆசைக்கு யாருமில்லை

14

பறை பட, பணிலம் ஆர்ப்ப, இறைகொள்பு
தொல் மூதாலத்துப் பொதியில் தோன்றிய
நால் ஊர்க் கோசர் நல் மொழி போல,
வாய் ஆகின்றே – தோழி! – ஆய் கழல்
சேயிலை வெள்வேல் விடலையொடு
தொகுவளை முன்கை மடந்தை நட்பே.

(குறுந்தொகை – 15)

15

அகவன் மகளே! அகவன் மகளே!
மனவுக்கோப்பு அன்ன நன்னெடுங் கூந்தல்
அகவன் மகளே! பாடுக பாட்டே!
இன்னும் பாடுக பாட்டே! அவர்
நன்னெடுங் குன்றம் பாடிய பாட்டே!

(குறுந்தொகை – 23)

16

முட்டுவேன் கொல்? தாக்குவேன் கொல்?
ஓரேன், யானும்; ஓர் பெற்றி மேலிட்டு
'ஆஅ, ஒல்' எனக் கூவுவேன் கொல்?
அலமரல் அசைவளி அலைப்ப, என்
உயவுநோய் அறியாது, துஞ்சும் ஊர்க்கே.

(குறுந்தொகை – 28)

17

நல் உரை இகந்து, புல் உரை தாஅய்,
பெயல் நீர்க்கு ஏற்ற பசுங்கலம் போல

உள்ளம் தாங்கா வெள்ளம் நீந்தி,
அரிது அவாவுற்றனை நெஞ்சே! நன்றும்
பெரிதால் அம்ம நின் பூசல், உயர் கோட்டு
மகவுடை மந்தி போல
அகன் உறத் தழீஇக் கேட்குநர்ப் பெறினே.

(குறுந்தொகை – 29)

18

வெந்திறல் கடுவளி பொங்கர்ப் போந்தென,
நெற்று விளை உழிஞ்சில் வற்றல் ஆர்க்கும்
மலையுடை, அருஞ் சுரம் என்ப நம்
முலையிடை முனிநர் சென்ற ஆறே.

(குறுந்தொகை – 39)

19

'செல்வார் அல்லர்' என்று யான் இகழ்ந்தனனே;
'ஒல்வாள் அல்லள்' என்று அவர் இகழ்ந்தனரே:
ஆயிடை, இருபேர் ஆண்மை செய்த பூசல்,
நல்அராக் கதுவியாங்கு, என்
அல்லல் நெஞ்சம் அலமலக்குறுமே.

(குறுந்தொகை – 43)

20

கூந்தல் ஆம்பல் முழு நெறி அடைச்சி,
பெரும் புனல் வந்த இருந்துறை விரும்பி,
யாம் அஃது அயர்கம் சேறும்; தான் அஃது
அஞ்சுவது உடையளாயின், வெம்போர்
நுகம் பட கடக்கும் பல்வேல் எழினி
முனை ஆன் பெருநிரை போல,
கிளையொடு காக்க, தன் கொழுநன் மார்பே.

(குறுந்தொகை – 80)

21

அரில் பவர்ப் பிரம்பின் வரிப்புற விளைகனி
குண்டு நீர் இலஞ்சிக் கெண்டை கதூஉம்
தண்துறை ஊரன் பெண்டினை ஆயின்,
பல ஆகுக, நின் நெஞ்சில் படரே!
ஓவாது ஈயும் மாரி வண்கை,
கடும் பகட்டு யானை, நெடுந்தேர், அஞ்சி
கொன்முனை இரவு ஊர் போலச்
சில ஆகுக, நீ துஞ்சும் நாளே!

(குறுந்தொகை – 91)

23

உள்ளினென் அல்லெனோ யானே? உள்ளி,
நினைந்தனென் அல்லெனோ பெரிதே நினைந்து,
மருண்டனென் அல்லெனோ, உலகத்துப் பண்பே?
நீடிய மராஅத்த கோடுதோய் மலிர்நிறை
இறைத்து உணச் சென்று அற்றாங்கு,
அனைப்பெருங் காமம் ஈண்டு கடைக்கொளவே.

(குறுந்தொகை – 99)

24

உள்ளின், உள்ளம் வேமே; உள்ளாது
இருப்பின், எம் அளவைத்து அன்றே; வருத்தி
வான் தோய்வு அற்றே, காமம்;
சான்றோர் அல்லர், யாம் மரீஇயோரே.

(குறுந்தொகை – 102)

25

நெடு வரை மருங்கின் பாம்பு பட இடிக்கும்
கடு விசை உருமின் கழறு குரல் அளைஇக்
காலொடு வந்த கமஞ் சூல் மா மழை!
ஆர் அளி இலையோ நீயே? பேர் இசை
இமயமும் துளக்கும் பண்பினை;
துணை இலர், அளியர், பெண்டிர்; இஃது எவனே?

(குறுந்தொகை – 158)

26

சென்ற நாட்ட கொன்றை அம் பசுவீ
நம் போல் பசக்கும் காலை, தம் போல்
சிறு தலைப் பிணையின் தீர்ந்த நெறி கோட்டு
இரலை மானையும் காண்பர் கொல், நமரே?
புல்லென் காயாப் பூக்கெழு பெருஞ்சினை
மென்மயில் எருத்தின் தோன்றும்
கான வைப்பிற் புன்புலத் தானே.

(குறுந்தொகை – 183)

27

பெய்த குன்றத்துப் பூ நாறு தண் கலுழ்
மீமிசைத் தாஅய், வீசும் வளி கலந்து,
இழிதரும் புனலும்; வாரார் தோழி!
மறந்தோர் மன்ற; மறவாம் நாமே
காலமாரி மாலை மாமலை

இன் இசை உருமினம் முரலும்
முன் வரல் ஏமம் செய்து அகன்றோரே

(குறுந்தொகை – 200)

28

அரில் பவர்ப் பிரம்பின் வரி புற நீர்நாய்
வாளை நாள் இரை பெறூஉம் ஊரன்
பொன் கோல் அவிர் தொடித் தற்கெழு தகுவி
எற் புறங்கூறும் என்ப; தெற்றென
வணங்கு இறைப் பணைத் தோள் எல் வளை மகளிர்
துணங்கை நாளும் வந்தன அவ் வரைக்
கண் பொர, மற்று அதன்கண் அவர்
மணம் கொளற்கு இவரும் மள்ளர் போரே.

(குறுந்தொகை – 364)

29

நீர் கால்யாத்த நிரை இதழ்க் குவளை
கோடை ஒற்றினும் வாடாதாகும்;
கவணை அன்ன பூட்டுப் பொருது அசாஅ
உமண் எருத்து ஒழுகைத் தோடு நிரைத்தன்ன
முளி சினை பிளக்கும் முன்பு இன்மையின்,
யானை கைம்மடித்து உயவும்
கானமும் இனிய ஆம், நும்மொடு வரினே.

(குறுந்தொகை – 388)

தொழுது, ஆற்றா தியாகம்

30

வலம் படு வாய்வாள் ஏந்தி, ஒன்னார்
களம் படக் கடந்த கழல் தொடித் தடக்கை,
ஆர்கலி நறவின், அதியர் கோமான்!
போர் அடு திருவின் பொலந்தார் அஞ்சி!
பால் புரை பிறை நுதல் பொலிந்த சென்னி
நீலமணி மிடற்று ஒருவன் போல
மன்னுக பெரும! நீயே, தொல் நிலைப்
பெருமலை விடரகத்து அரு மிசைக் கொண்ட
சிறியிலை நெல்லித் தீம் கனி குறியாது,
ஆதல் நின் அகத்து அடக்கி,
சாதல் நீங்க, எமக்கு ஈத்தனையே!

(புறநானூறு – 91)

31

களம் புகல் ஓம்புமின், தெவ்விர்! போர் எதிர்ந்து,
எம்முளும் உளன் ஒரு பொருநன்; வைகல்
எண் தேர் செய்யும் தச்சன்
திங்கள் வலித்த கால் அன்னோனே.

(புறநானூறு – 87)

32

'இழை அணிப் பொலிந்த ஏந்து கோட்டு அல்குல்,
மடவரல், உண்கண், வாள்நுதல், விறலி!
பொருநரும் உளரோ, நும் அகன் தலை நாட்டு?' என,
வினவல் ஆனாப் பொருபடை வேந்தே!
எறி கோல் அஞ்சா அரவின் அன்ன
சிறு வல் மள்ளரும் உளரே; அதா அன்று,

பொதுவில் தூங்கும் விசியுறு தண்ணுமை
வளி பொரு தெண் கண் கேட்பின்,
'அது போர்' என்னும் என்னையும் உளனே.

(புறநானூறு – 89)

33

உடை வளை கடுப்ப மலர்ந்த காந்தள்
அடை மல்கு குளவியொடு கமழும் சாரல்,
மறப் புலி உடலின், மான் கணம் உளவோ?
மருளின விசும்பின் மாதிரத்து ஈண்டிய
இருளும் உண்டோ, ஞாயிறு சினவின்?
அச்சொடு தாக்கிப் பார் உற்று இயங்கிய
பண்டச் சாகாட்டு ஆழ்ச்சி சொல்லிய,
வரி மணல் ஞெமர, கல் பக, நடக்கும்
பெருமிதப் பகட்டுக்குத் துறையும் உண்டோ?
எழுமரம் கடுக்கும் தாள் தோய் தடக்கை
வழு இல் வன் கை, மழவர் பெரும!
இரு நிலம் மண் கொண்டு சிலைக்கும்
பொருநரும் உளரோ, நீ களம் புகினே?

(புறநானூறு – 90)

34

யாழொடும் கொள்ளா; பொழுதொடும் புணரா;
பொருள் அறிவாரா; ஆயினும், தந்தையர்க்கு
அருள் வந்தனவால், புதல்வர்தம் மழலை;
என் வாய்ச் சொல்லும் அன்ன – ஒன்னார்
கடி மதில் அரண் பல கடந்த
நெடுமான் அஞ்சி! நீ அருளல்மாறே

(புறநானூறு – 92)

35

திண் பிணி முரசம் இழுமென முழங்கச்
சென்று, அமர் கடத்தல் யாவது? – வந்தோர்
தார் தாங்குதலும் ஆற்றார், வெடிபட்டு,
ஓடல் மரீஇய பீடு இல் மன்னர்
நோய்ப்பால் விளிந்த யாக்கை தழீஇ,
காதல் மறந்து, அவர் தீது மருங்கு அறுமார்,
அறம் புரி கொள்கை நான்மறை முதல்வர்
திறம் புரி பசும்புல் பரப்பினர் கிடப்பி,
'மறம் கந்தாக நல் அமர் வீழ்ந்த
நீள் கழல் மறவர் செல்வுழிச் செல்க!' என
வாள் போழ்ந்து அடக்கலும் உய்ந்தனர் மாதோ –
வரி ஞிமிறு ஆர்க்கும் வாய் புகு கடாஅத்து

அண்ணல் யானை அடு களத்து ஒழிய,
அருஞ் சமம் ததைய நூறி, நீ,
பெருந் தகை! விழுப்புண் பட்ட மாறே

(புறநானூறு – 93)

36

ஊர்க் குறுமாக்கள் வெண்கோடு கழாஅலின்,
நீர்த்துறை படியும் பெருங்களிறு போல
இனியை, பெரும! எமக்கே; மற்று அதன்
துன் அருங் கடாஅம் போல
இன்னாய், பெரும! நின் ஒன்னாதோர்க்கே

(புறநானூறு – 94)

37

இவ்வே, பீலி அணிந்து, மாலை சூட்டி,
கண் திரள் நோன் காழ் திருத்தி, நெய் அணிந்து,
கடியுடை வியல் நகரவ்வே; அவ்வே,
பகைவர்க் குத்தி, கோடு நுதி, சிதைந்து,
கொல்துறைக் குற்றில மாதோ – என்றும்
உண்டாயின் பதம் கொடுத்து,
இல்லாயின் உடன் உண்ணும்,
இல்லோர் ஒக்கல் தலைவன்,
அண்ணல் எம் கோமான், வைந் நுதி வேலே.

(புறநானூறு – 95)

38

அலர் பூந் தும்பை அம் பகட்டு மார்பின்,
திரண்டு நீடு தடக்கை, என்னை இளையோற்கு
இரண்டு எழுந்தனவால், பகையே: ஒன்றே,
பூப்போல் உண்கண் பசந்து, தோள் நுணுகி,
நோக்கிய மகளிர்ப் பிணித்தன்று; ஒன்றே,
'விழவின்று ஆயினும், படு பதம் பிழையாது,
மை ஊன் மொசித்த ஒக்கலொடு, துறை நீர்க்
கைமான் கொள்ளுமோ?' என,
உறையுள் முனியும், அவன் செல்லும் ஊரே

(புறநானூறு – 96)

39

போர்க்கு உரைஇப் புகன்று கழித்த வாள்,
உடன்றவர் காப்புடை மதில் அழித்தலின்,
ஊன் உற மூழ்கி, உரு இழந்தனவே;
வேலே, குறும்பு அடைந்த அரண் கடந்து, அவர்

நறுங்கள்ளின் நாடு நைத்தலின்,
சுரை தழீஇய இருங் காழொடு
மடை கலங்கி நிலை திரிந்தனவே;
களிறே, எழூஉத் தாங்கிய கதவம் மலைத்து, அவர்
குழூஉக் களிற்றுக் குறும்பு உடைத்தலின்,
பரூஉப் பிணிய தொடி கழிந்தனவே;
மாவே, பரந்து ஒருங்கு மலைந்த மறவர்
பொலம் பைந்தார் கெடப் பரிதலின்,
களன் உழந்து அசைஇய மறுக் குளம்பினவே;
அவன் தானும் நிலம் திரைக்கும் கடல் தானைப்
பொலந் தும்பைக் கழல் பாண்டில்
கணை பொருத துளைத் தோலன்னே
ஆயிடை, உடன்றோர் உய்தல் யாவது? தடந்தாள்,
பிணிக் கதிர், நெல்லின் செம்மல் மூதூர்
நுமக்கு உரித்தாகல் வேண்டின், சென்று அவற்கு
இறுக்கல் வேண்டும், திறையே; மறுப்பின்,
ஒல்வான் அல்லன், வெல்போரான் எனச்
சொல்லவும் தேறீர் ஆயின், மெல் இயல்,
கழல் கனி வகுத்த துணைச் சில் ஓதி,
குறுந்தொடி மகளிர் தோள் விடல்
இறும்பூது அன்று; அஃது அறிந்து ஆடுமினே.

(புறநானூறு – 97)

40

முனைத் தெவ்வர் முரண் அவியப்
பொரக் குறுகிய நுதி மருப்பின் நின்
இனக் களிறு செலக் கண்டவர்
மதில் கதவம் எழுச் செல்லவும்,
பிணன் அழுங்கக் களன் உழக்கிச்
செலவு அசைஇய மறுக் குளம்பின் நின்
இன நல் மாச் செலக் கண்டவர்
கவை முள்ளின் புழை அடைப்பவும்,
மார்புறச் சேர்ந்து ஒல்காத்
தோல் செறிப்பு இல் நின் வேல் கண்டவர்
தோல் கழியொடு பிடி செறிப்பவும்,
வாள் வாய்த்த வடுப் பரந்த நின்
மற மைந்தர் மைந்து கண்டவர்
புண் படு குருதி அம்பு ஒடுக்கவும்,
நீயே, ஐயவி புகைப்பவும் தாங்காது, ஒய்யென,
உறுமுறை மரபின் புறம் நின்று உய்க்கும்
கூற்றத்து அனையை; ஆகலின், போற்றார்
இரங்க விளிவது கொல்லோ – வரம்பு அணைந்து
இறங்குகதிர் அலம்வரு கழனி,
பெரும் புனல் படப்பை, அவர் அகன் தலை நாடே!

(புறநானூறு – 98)

41

அமரர்ப் பேணியும், ஆவுதி அருத்தியும்,
அரும்பெறல் மரபின் கரும்பு இவண் தந்தும்,
நீர் அக இருக்கை ஆழி சூட்டிய
தொல் நிலை மரபின் நின் முன்னோர் போல,
ஈகை அம் கழல் கால், இரும் பனம் புடையல்,
பூ ஆர் காவின், புனிற்றுப் புலால் நெடுவேல்,
எழு பொறி நாட்டத்து எழாஅத் தாயம்
வழு இன்று எய்தியும் அமையாய், செரு வேட்டு,
இமிழ் குரல் முரசின் எழுவரொடு முரணிச்
சென்று, அமர் கடந்து, நின் ஆற்றல் தோற்றிய
அன்றும், பாடுநர்க்கு அரியை; இன்றும்
பரணன் பாடினன் மற்கொல் – மற்று நீ
முரண் மிகு கோவலூர் நூறி, நின்
அரண் அடு திகிரி ஏந்திய தோளே!

(புறநானூறு – 99)

42

கையது வேலே; காலன புனை கழல்;
மெய்யது வியரே; மிடற்றது பசும் புண்;
வட்கர் போகிய வளர் இளம் போந்தை
உச்சிக் கொண்ட ஊசி வெண் தோட்டு,
வெட்சி மா மலர், வேங்கையொடு விரைஇ,
சுரி இரும் பித்தை பொலியச் சூடி,
வரிவயம் பொருத வயக்களிறு போல,
இன்னும் மாறாது சினனே; அன்னோ!
உய்ந்தனர் அல்லர், இவன் உடற்றியோரே;
செறுவர் நோக்கிய கண், தன்
சிறுவனை நோக்கியும், சிவப்பு ஆனாவே

(ஔவையார், புறநானூறு – 100)

பசியின் மலர்கள்

43

ஒரு நாள் செல்லலம்; இரு நாள் செல்லலம்;
பல நாள் பயின்று, பலரொடு செல்லினும்,
தலை நாள் போன்ற விருப்பினன் மாதோ –
இழை அணி யானை இயல்தேர் அஞ்சி
அதியமான்; பரிசில் பெறூஉம் காலம்
நீட்டினும், நீட்டாது ஆயினும், களிறு தன்
கோட்டு இடை வைத்த கவளம் போலக்
கையகத்தது; அது பொய் ஆகாதே;
அருந்த ஏமாந்த நெஞ்சம்!
வருந்த வேண்டா; வாழ்க, அவன் தாளே!

(புறநானூறு – 101)

44

எருதே இளைய; நுகம் உணராவே;
சகடம் பண்டம் பெரிது பெய்தன்றே;
அவல் இழியினும், மிசை ஏறினும்,
அவணது அறியுநர் யார்?' என, உமணர்
கீழ் மரத்து யாத்த சேம அச்சு அன்ன,
இசை விளங்கு கவிகை நெடியோய்! திங்கள்
நாள் நிறை மதியத்து அனையை; இருள்
யாவணதோ, நின் நிழல் வாழ்வோர்க்கே?

(புறநானூறு – 102)

45

ஒரு தலைப் பதலை தூங்க, ஒரு தலைத்
தூம்பு அகச் சிறு முழாத் தூங்கத் தூக்கி,
'கவிழ்ந்த மண்டை மலர்க்குநர் யார்?' எனச்
சுரன்முதல் இருந்த சில்வளை விறலி!

செல்வை ஆயின், சேணோன் அல்லன்;
முனை சுட எழுந்த மங்குல் மாப் புகை
மலை சூழ் மஞ்சின், மழ களிறு அணியும்
பகைப் புலத்தோனே, பல் வேல் அஞ்சி;
பொழுது இடைப்படாஅப் புலரா மண்டை
மெழுகு மெல் அடையின் கொழு நிணம் பெருப்ப,
அலத்தற் காலை ஆயினும்,
புரத்தல் வல்லன்; வாழ்க, அவன் தாளே!

(புறநானூறு – 103)

46

போற்றுமின், மறவீர்! சாற்றுதும், நும்மை:
ஊர்க் குறுமாக்கள் ஆடக் கலங்கும்
தாள் படு சில் நீர்க் களிறு அட்டு வீழ்க்கும்
ஈர்ப்புடைக் கராஅத்து அன்ன என்னை
நுண் பல் கருமம் நினையாது,
'இளையன்' என்று இகழின், பெறல் அரிது, ஆடே.

(புறநானூறு – 104)

47

தடவு நிலைப் பலவின் நாஞ்சில் பொருநன்
மடவன், மன்ற; செந்நாப் புலவீர்!
வளைக் கை விறலியர் படப்பைக் கொய்த
அடகின் கண்ணுறை ஆக யாம் சில
அரிசி வேண்டினேமாக, தான் பிற
வரிசை அறிதலின், தன்னும் தூக்கி,
இருங் கடறு வளைஇய குன்றத்து அன்னது ஓர்
பெருங்களிறு நல்கியோனே; அன்னது ஓர்
தேற்றா ஈகையும் உளதுகொல்?
போற்றார் அம்ம, பெரியோர் தம் கடனே?

(புறநானூறு – 140)

48

நாடா கொன்றோ; காடா கொன்றோ;
அவலா கொன்றோ; மிசையா கொன்றோ;
எவ் வழி நல்லவர் ஆடவர்,
அவ் வழி நல்லை; வாழிய நிலனே!

(புறநானூறு – 187)

49

வாயிலோயே! வாயிலோயே!
வள்ளியோர் செவிமுதல் வயங்குமொழி வித்தி, தாம்

உள்ளியது முடிக்கும் உரனுடை உள்ளத்து
வரிசைக்கு வருந்தும் இப் பரிசில் வாழ்க்கைப்
பரிசிலர்க்கு அடையா வாயிலோயே!
கடுமான் தோன்றல் நெடுமான் அஞ்சி
தன் அறியலன் கொல்? என் அறியலன் கொல்?
அறிவும் புகழும் உடையோர் மாய்ந்தென,
வறுந்தலை உலகமும் அன்றே; அதனால்,
காவினெம் கலனே; சுருக்கினெம் கலப்பை;
மரம் கொல் தச்சன் கைவல் சிறாஅர்
மழுவுடைக் காட்டகத்து அற்றே –
எத்திசைச் செலினும், அத்திசைச் சோறே

(புறநானூறு – 206)

50

எறி புனக் குறவன் குறையல் அன்ன
கரி புற விறகின் ஈம ஒள் அழல்
குறுகினும் குறுகுக; குறுகாது சென்று,
விசும்புற நீளினும் நீள்க – பசுங் கதிர்த்
திங்கள் அன்ன வெண்குடை
ஒண் ஞாயிறு அன்னோன் புகழ் மாயலவே

(புறநானூறு – 231)

51

இல்லாகியரோ, காலை மாலை!
அல்லாகியர், யான் வாழும் நாளே!
நடுகல் பீலி சூட்டி, நார் அரி
சிறு கலத்து உகுப்பவும் கொள்வன் கொல்லோ –
கோடு உயர் பிறங்கு மலை கெழீஇய
நாடு உடன் கொடுப்பவும் கொள்ளாதோனே?

(புறநானூறு – 232)

மாமலர் சூடா மானிடர்

52

குயில் வாய் அன்ன கூர்முகை அதிரல்
பயிலாது அல்கிய பல் காழ் மாலை
மை இரும் பித்தை பொலியச் சூட்டி,
புத்தகல் கொண்ட புலிக்கண் வெப்பர்
ஒன்று இரு முறை இருந்து உண்ட பின்றை,
உவலைக் கண்ணித் துடியன் வந்தென,
பிழி மகிழ் வல்சி வேண்ட, மற்று இது
கொள்ளாய் என்ப, கள்ளின் வாழ்த்தி;
கரந்தை நீடிய அறிந்து மாறு செருவில்
பல் ஆன் இன நிரை தழீஇய வில்லோர்,
கொடுஞ்சிறைக் குரூஉப் பருந்து ஆர்ப்ப,
தடிந்து மாறு பெயர்த்தது, இக் கருங்கை வாளே

(புறநானூறு – 269)

53

வெள்ளை வெள் யாட்டுச் செச்சை போலத்
தன் ஓரன்ன இளையர் இருப்ப,
பலர் மீது நீட்டிய மண்டை என் சிறுவனைக்
கால் கழி கட்டிலில் கிடப்பி,
தூ வெள் அறுவை போர்ப்பித்திலதே!

(புறநானூறு – 286)

54

இவற்கு ஈத்து உண்மதி, கள்ளே; சினப்போர்
இனக் களிற்று யானை, இயல் தேர்க் குருசில்!
நுந்தை தந்தைக்கு இவன் தந்தை தந்தை,
எடுத்து எறி ஞாட்பின் இமையான், தச்சன்
அடுத்து எறி குறட்டின், நின்று மாய்ந்தனனே;

மறப் புகழ் நிறைந்த மைந்தினோன் இவனும்,
உறைப்புழி ஓலை போல,
மறைக்குவன் – பெரும! நிற் குறித்து வரு வேலே.

(புறநானூறு – 290)

55

கடல் கிளர்ந்தன்ன கட்டூர் நாப்பண்,
வெந்து வாய் மடித்து வேல் தலைப் பெயரி,
தோடு உகைத்து எழுதரூஉ, துரந்து எறி ஞாட்பின்,
வரு படை போழ்ந்து வாய்ப் பட விலங்கி,
இடைப் படை அழுவத்துச் சிதைந்து வேறாகிய,
சிறப்புடையாளன் மாண்பு கண்டருளி,
வாடு முலை ஊறிச் சுரந்தன
ஓடாப் பூட்கை விடலை தாய்க்கே.

(புறநானூறு – 295)

56

களர்ப்படு கூவல் தோண்டி, நாளும்,
புலைத்தி கழீஇய தூவெள் அறுவை.
தாது எரு மறுகின் மாசுண இருந்து,
பலர் குறை செய்த மலர்தார் அண்ணற்கு
ஒருவரும் இல்லை மாதோ, செருவத்து;
சிறப்புடைச் செங்கண் புகைய, ஓர்
தோல் கொண்டு மறைக்கும் சால்பு உடையோனே.

(புறநானூறு – 311)

57

உடையன் ஆயின் உண்ணவும் வல்லன்;
கடவர் மீதும் இரப்போர்க்கு ஈயும்;
மடவர் மகிழ் துணை; நெடுமான் அஞ்சி –
இல்இறைச் செரீஇய ஞெலிகோல் போல,
தோன்றாது இருக்கவும் வல்லன்; மற்றதன்
கான்று படு கனை எரி போல,
தோன்றவும் வல்லன் – தான் தோன்றுங்காலே.

(புறநானூறு – 315)

58

நாகத்து அன்ன பாகு ஆர் மண்டிலம்
தமவே ஆயினும் தம்மொடு செல்லா;
வேற்றோர் ஆயினும் நோற்றோர்க்கு ஒழியும்;
ஏற்ற பார்ப்பார்க்கு ஈர்ங்கை நிறையப்

பூவும் பொன்னும் புனல்படச் சொரிந்து,
பாசிழை மகளிர் பொலங்கலத்து ஏந்திய
நார் அரி தேறல் மாந்தி, மகிழ் சிறந்து,
இரவலர்க்கு அருங்கலம் அருகாது வீசி,
வாழ்தல் வேண்டும், இவண் வரைந்த வைகல்;
வாழச் செய்த நல்வினை அல்லது
ஆழுங் காலைப் புணை பிறிது இல்லை;
ஒன்று புரிந்து அடங்கிய இரு பிறப்பாளர்
முத்தீப் புரையக் காண்தக இருந்த
கொற்ற வெண்குடைக் கொடித் தேர் வேந்திர்!
யான் அறி அளவையோ இதுவே: வானத்து
வயங்கித் தோன்றும் மீனினும், இம்மெனப்
பரந்து இயங்கு மாமழை உறையினும்,
உயர்ந்து மேந் தோன்றிப் பொலிக, நும் நாளே!

(புறநானூறு – 367)

59

அறவை நெஞ்சத்து ஆயர், வளரும்
மறவை நெஞ்சத்து ஆயிவாளர்,
அரும்பு அலர் செருந்தி நெடுங்கால் மலர் கமழ்,
....மன்ன முற்றத்து,
ஆர்வலர் குறுகின் அல்லது, காவலர்
கனவினும் குறுகாக் கடியுடை வியல் நகர்,
மலைக் கணத்து அன்ன மாடம் சிலம்ப, என்
அரிக்குரல் தடாரி இரிய ஒற்றிப்
பாடி நின்ற பல் நாள் அன்றியும்,
சென்ற ஞான்றைச் சென்று படர் இரவின்
வந்ததற் கொண்டு, 'நெடுங் கடை நின்ற
புன்தலைப் பொருநன் அளியன் தான்' என,
தன்னுழைக் குறுகல் வேண்டி, என் அரை
முது நீர்ப்பாசி அன்ன உடை களைந்து,
திருமலர் அன்ன புதுமடிக் கொளீஇ,
மகிழ் தரல் மரபின் மட்டே அன்றியும்,
அமிழ்து அன மரபின் ஊன்துவை அடிசில்
வெள்ளி வெண்கலத்து ஊட்டல் அன்றி,
முன் ஊர்ப் பொதியில் சேர்ந்த மென் நடை
இரும்பேர் ஒக்கல் பெரும் புலம்பு அகற்ற,
அகடு நனை வேங்கை வீ கண்டன்ன
பகடு தரு செந்நெல் போரொடு நல்கி,
'கொண்டி பெறுக!' என்றோனே உண் துறை
மலை அலர் அணியும் தலைநீர் நாடன்
கண்டாற் கொண்டும் அவன் திருந்து அடி வாழ்த்தி,
....
வான் அறியல என் பாடு பசி போக்கல்

அண்ணல் யானை வேந்தர்
உண்மையோ, அறியல்? காண்பு அறியலரே!

(புறநானூறு – 390)

60

மதிஏர் வெண்குடை அதியர் கோமான்,
கொடும் பூண் எழினி, நெடுங்கடை நின்று, யான்
பசலை நிலவின் பனிபடு விடியல்,
பொருகளிற்று அடிவழி அன்ன, என் கை
ஒருகண் மாக்கிணை ஒற்றுபு கொடாஅ,
'உரு கெழு மன்னர் ஆர் எயில் கடந்து,
நிணம்படு குருதிப் பெரும் பாட்டு ஈரத்து
அணங்குடை மரபின் இருங்களந் தோறும்,
வெள்வாய்க் கழுதைப் புல்இனம் பூட்டி,
வெள்ளை வரகும் கொள்ளும் வித்தும்
வைகல் உழவ! வாழிய பெரிது!' எனச்
சென்றுயான் நின்றனென் ஆக, அன்றே
ஊர்உண் கேணிப் பகட்டு இலைப் பாசி
வேர்புரை சிதாஅர் நீக்கி, நேர்கரை
நுண்நூல் கலிங்கம் உடீஇ, 'உண்' எனத்
தேள் கடுப்பு அன்ன நாட்படு தேறல்
கோள்மீன் அன்ன பொலங்கலத்து அளைஇ,
ஊண்முறை ஈத்தல் அன்றியும், கோள்முறை
விருந்து இறை நல்கியோனே – அந்தரத்து
அரும்பெறல் அமிழ்தம் அன்ன
கரும்பு இவண் தந்தோன் பெரும் பிறங்கடையே.

(புறநானூறு – 392)

61

சிறிய கள் பெறினே, எமக்கு ஈயும்; மன்னே!
பெரிய கள் பெறினே,
யாம் பாட, தான் மகிழ்ந்து உண்ணும்; மன்னே!
சிறு சோற்றானும் நனி பல கலத்தன்; மன்னே!
பெருஞ் சோற்றானும் நனி பல கலத்தன்; மன்னே!
என்பொடு தடி படு வழி எல்லாம் எமக்கு ஈயும்; மன்னே!
அம்பொடு வேல் நுழை வழி எல்லாம் தான் நிற்கும்; மன்னே!
நரந்தம் நாறும் தன் கையால்,
புலவு நாறும் என் தலை தைவரும்; மன்னே!
அருந்தலை இரும்பாணர் அகல் மண்டைத் துளை உரீஇ,
இரப்போர் கையுளும் போகி,
புரப்போர் புன்கண் பாவை சோர,
அம் சொல் நுண் தேர்ச்சிப் புலவர் நாவில்
சென்று வீழ்ந்தன்று, அவன்

அரு நிறத்து இயங்கிய வேலே!
ஆசு ஆகு எந்தை யாண்டு உளன் கொல்லோ?
இனி, பாடுநரும் இல்லை; பாடுநர்க்கு ஒன்று ஈகுநரும்
இல்லை;
பனித்துறைப் பகன்றை நறைக் கொள் மாமலர்
சூடாது வைகியாங்கு, பிறர்க்கு ஒன்று
ஈயாது வீயும் உயிர் தவப் பலவே!

(புறநானூறு – 235)

62

கட்டுரையின், தம கைத்து உள போழ்தே
இட்டு, இசைகொண்டு, அறன் எய்த முயன்றோர்
உள் தெறு வெம்பகை ஆவது உலோபம்;
'விட்டிடல்' என்று விலக்கினர் தாமே.

(கம்பர், கம்பராமாயணம், பாலகாண்டம்,
வேள்விப்படலம் – 31)

63

மாய்ந்தவர் மாய்ந்தவர் அல்லர்கள்; மாயாது
ஏந்திய கைகொடு இரந்தவர்; – எந்தாய்! –
வீந்தவர் என்பவர்; வீந்தவரேனும்,
ஈந்தவர் அல்லது இருந்தவர் யாரே?

(கம்பர், கம்பராமாயணம், பாலகாண்டம்,
வேள்விப்படலம் – 29)

தனிப்பாடல்கள்

என்றும் கிழியாதுன் பாட்டு

ஔவையார் தனிப்பாடல்கள் – புலியூர்க் கேசிகன் – மங்கை வெளியிடு

வான்குருவியின் கூடு வல்லரக்குத் தொல் கரையான்
தேன் சிலம்பி யாவர்க்கும் செய் அரிதால் – யாம் பெரிதும்
வல்லோமே என்று வலிமை சொல வேண்டாம் காண் !
எல்லார்க்கும் ஒவ்வொன்று எளிது !

(பாடல் எண்: 5)

கற்றது கைம் மண்ணளவு கல்லாதது உலகளவு
என்று உற்ற கலைமடந்தை ஓதுகிறாள் - மெத்த
வெறும் பந்தயம் கூற வேண்டாம் புலவீர்!
எறும்பும் தன் கையால் எண்சாண்.

(பா; எண்: 38)

காணக்கண் கூசுதே கையெடுக்க நாணுதே
மாண்ஒக்க வாய்திறக்க மாட்டாதே – வீணுக்கென்
என்பெல்லாம் பற்றி எரிகின்றது ஐயையோ
அன்பில்லாள் இட்ட அமுது.

(பா: எண்; 13)

71

கொடியது கேட்கின் நெடியவெவ் வேலோய்!
கொடிது கொடிது வறுமை கொடிது
அதனினும் கொடிது இளமையில் வறுமை
அதனினும் கொடிது ஆற்றொணாக் கொடுநோய்
அதனினும் கொடிது அன்பிலாப் பெண்டிர்
அதனினும் கொடிது
இன்புற அவர்கையில் உண்பது தானே

(பா; எண்: 55)

மதியாதார் முற்றம் மதித்தொருகால் சென்று
மிதியாமை கோடி பெறும்;
உண்ணீர் உண்ணீர் என்று உபசரியார் தம்மனையில்
உண்ணாமை கோடி பெறும்;
கோடி கொடுத்தும் குடிப்பிறந்தார் தம்மோடு
கூடுவதே கோடி பெறும்;
கோடானு கோடி கொடுப்பினும் தன்னுடை நாக்
கோடாமை கோடி பெறும்.

(பா: எண் : 41)

பத்தாவுக் கேற்ற பதிவிரதை உண்டானால்
எத்தாலும் கூடி இருக்கலாம் - சற்றேனும்
ஏறுமாறாக இருப்பாளே யாமாகில்
கூறாமல் சந்நியாசம் கொள்.

(பா: எண்: 15)

ஏசி இடலின் இடாமையே நன்று எதிரில்
பேசு மனையாளில் பேய் நன்று - நேசமிலா
வங்கணத்தின் நன்று வலியபகை வாழ்விலாச்
சங்கடத்திற் சாதலே நன்று.

(பா: எண்: 34)

சிரப்பான் மணிமவுலிச் சேரமான் தன்னைச்
சுரப்பாடு யான் கேட்கப் பொன்னாடு ஒன்றீந்தான்
இரப்பவர் என்பெறினும் கொள்வர் கொடுப்பவர்
தாமறிவார் தம்கொடையின் சீர்.

(பா: எண்: 29)

கூழைப் பலாத் தழைக்கப் பாடக் குறச்சிறார்
மூழக் குழக்குத் தினைதந்தார் - சோழா கேள்
உப்புக்கும் பாடிப் புளிக்கும் ஒரு கவிதை
ஒப்பிக்கும் என்றன் உளம்.

(பா: எண்: 11)

வரகரிசிச் சோறும் வழுதுணங்காய் வாட்டும்
முரமுரெனவே புளித்த மோரும் - திறமுடனே
புல்வேளூர்ப் பூதன் புரிந்து விருந்திட்டான் ஈது
எல்லா உலகும் பெறும்.

(பா: எண்: 33)

காலையி லொன்றாவர் கடும்பகலில் ஒன்றாவர்
மாலையி லொன்றாவர் மனிதரெலாம் - சாலவே
முல்லானைப் போல முகமும் அகமும் மலர்ந்த
நல்லானைக் கண்டறியோம் நாம்.

(பா: எண்: 37)

கருங்குளவி சூரைத் தூற்று ஈச்சங்கனி போல்
வருந்தினர்க்கு ஒன்று ஈயாதான் வாழ்க்கை – அரும்பகலே
இச்சித்திருந்த பொருள் தாயத்தார் கொள்வரே
எற்றோமற் எற்றோமற் எற்று.

(பா: எண்: 51)

சுற்றும் கருங்குளவி சூரைத் தூற்று ஆரியப் பேய்
எற்றும் சுடுகாட்டு இடி கரையின் - புற்றில்
வளர்ந்த மடற்பனைக்குள் வைத்த தேன் ஒக்கும்
தளர்ந்தோர்க் கொன்றீயார் தனம்.

(பா: எண்: 43)

இனியது கேட்கின் தனிநெடு வேலோய்
இனிது இனிது ஏகாந்தம் இனிது
அதனினும் இனிது ஆதியைத் தொழுதல்
அதனினும் இனிது அறிவினர்ச் சேர்தல்
அதனினும் இனிது அறிவுள்ளாரைக்
கனவிலும் நனவிலும் காண்பது தானே.

(பா: எண்: 56)

அரியது கேட்கின் வரிவடி வேலோய்
அரிதரிது மானிடர் ஆதல் அரிது
மானிடர் ஆயினும் கூன்குருடு செவிடு
பேடு நீங்கிப் பிறத்தல் அரிது
பேடு நீங்கிப் பிறந்த காலையும்
ஞானமும் கல்வியும் நயத்தல் அரிது
ஞானமும் கல்வியும் நயந்த காலையும்
தானமும் தவமும் தான்செயல் அரிது
தானமும் தவமும் தான் செய்வராயின்
வானவர் நாடு வழி திறந்திடுமே.

(பா: எண்: 58)

பெண்ணைத் துரும்பாக்குவது எப்படி?

நிட்டூரமாக நிதி தேடும் மன்னவனும்
இட்டதனை மெச்சா இரவலனும் - முட்டவே
கூசி நிலை நில்லாக் குலக் கொடியும்
கூசிய வேசியும் கெட்டு விடும்.

(பா: எண்: 65)

பூங்கமல வாவிசூழ் புல்வேளூர்ப் பூதனையும்
ஆங்குவரு பாற்பெண்ணை யாற்றினையும் - ஈங்கு
மறப்பித்தாய் வாளதிகா வன்கூற்றின் நாவை
அறுப்பித்தாய் ஆமலகந் தந்து.

(பா: எண்: 90)

ஐம்பொருளும் நாற்பொருளும் முப்பொருளும் பெய்தமைத்த
செம்பொருளை எம்மறைக்கும்
சேட்பொருளைத் தண்குருகூர்ச்
சேய்மொழிய தென்பர் சிலர் யான் இவ்வுலகில்
தாய்மொழிய தென்பேன் தகைந்து.

(பாடல் எண்: 80)

நல்வழி – எண்பது கோடி நினைப்புகள்

ஆண்டாண்டு தோறும் அழுது புரண்டாலும்
மாண்டார் வருவரோ? மாநிலத்தீர்! வேண்டா
நமக்கும் அது வழியே: நாம் போம் அளவும்,
'எமக்கு என்' என்று, இட்டு, உண்டு, இரும்.

(பா: எண்: 10)

சிவாய நமவென்று சிந்தித் திருப்போர்க்கு
அபாயம் ஒருநாளும் இல்லை – உபாயம்
இதுவே மதியாகும் அல்லாத எல்லாம்
விதியே மதியாய் விடும்

(பாடல் எண்; 15)

வருந்தி அழைத்தாலும், வாராத வாரா;
பொருந்துவன, போமின் என்றால், போகா; இருந்தேங்கி
நெஞ்சம் புண்ணாக, நெடுந்தூரம் தாம் நினைந்து
துஞ்சுவதே, மாந்தர் தொழில்.

(பா; எண்: 5)

உண்பது நாழி; உடுப்பது நான்கு முழம்;
எண்பது கோடி நினைந்து எண்ணுவன; கண் புதைந்த
மாந்தர் குடி வாழ்க்கை மண்ணின் கலம் போலச்
சாந் துணையும் சஞ்சலமே தான்.

(பா; எண்; 28)

மூதுரை - நீதியின் அழகு

அடக்கம் உடையார் அறிவிலர் என்று எண்ணிக்
கடக்கக் கருதவும் வேண்டா - மடைத் தலையில்
ஓடுமீன் ஓட, உறுமீன் வரும் அளவும்
வாடி இருக்குமாம், கொக்கு.

(பா: எண்; 16)

நற்றாமரைக் கயத்தில் நல் அன்னம் சேர்ந்தாற் போல்
கற்றாரைக் கற்றாரே காமுறுவர் - கற்பிலா
மூர்க்கரை மூர்க்கர் முகப்பர்; முதுகாட்டில்
காக்கை உகக்கும், பிணம்.

(பா: எண்; 24)

அட்டாலும் பால் சுவையில் குன்றாது, அளவளாய்
நட்டாலும் நண்பு அல்லார் நண்பு அல்லர்
கெட்டாலும் மேன்மக்கள் மேன்மக்களே சங்கு
சுட்டாலும் வெண்மை தரும்.

(பா; எண்: 4)

நெல்லுக்கு இறைத்த நீர் வாய்க்கால் வழி ஓடிப்
புல்லுக்கும் ஆங்கே பொசியுமாம் - தொல் உலகில்
நல்லார் ஒருவர் உளரேல், அவர் பொருட்டு
எல்லார்க்கும் பெய்யும் மழை.

(பா: எண்: 10)

கான மயில் ஆடக் கண்டிருந்த வான் கோழி
தானும் அதுவாகப் பாவித்து- தானும் தன்
பொல்லாச் சிறகை விரித்து ஆடினால் போலுமே
கல்லாதான் கற்ற கவி.

(பா: எண்: 14)

மன்னனும் மாசு அறக் கற்றோனும் சீர் தூக்கின்
மன்னனில் கற்றோன் சிறப்பு உடையன் - மன்னர்க்குத்

தன் தேசம் அல்லால் சிறப்பு இல்லை; கற்றோர்க்குச்
சென்ற இடம் எல்லாம் சிறப்பு.

(பா: எண்: 26)

அடுத்து முயன்றாலும், ஆகும் நாள் அன்றி
எடுத்த கருமங்கள் ஆகா – தொடுத்த
உருவத்தால் நீண்ட உயர்மரங்கள் எல்லாம்
பருவத்தால் அன்றிப் பழா.

(பா: எண்: 5)

கற்பிளவோடு ஒப்பர் கயவர்; கடும் சினத்துப்
பொற் பிளவோடு ஒப்பாரும் போல்வாரே – விற் பிடித்து
நீர் கிழிய எய்த வடுப் போல மாறுமே
சீர் ஒழுகு சான்றோர் சினம்.

(பா: எண்: 23)

பந்தன் அந்தாதி –
கபிலன் திடுக்கிடும் ஒரு வரி

பதியின் மலரோன் உருவிற் பண்புடனே தோன்று
மதுகரம் சூழ் தோன்றியந் தார் மார்பன் – பதுமை தினம்
சூழ்ந்தாரும் பூம்புகார்ச் சொல் வணிகன் பந்தனல்லார்
வாழ்ந்தாலென் வாழாக்காலென்

(பா: எண்: 80)

கனியாருஞ் சோலைக் கடற் புகார்ப் பந்தன் முனியான்
எவர்க்கும் முதலோன் – இனிதாக
நற்குடியோர் ஆயிரத்து நகந்தைப் பந்தனே
முற்குடியே மூன்றாம் குடி

(பாடல் எண்: 74)

தனிக்குடி என்றோது புகழ்த் தார் வணிகர் கோமான்
முனிக்குடியாம் மூன்றாங் குடிக் கோன் – இனிக் குடிதான்
எண்ணதுதான் போகாதே ஏந்து புகழ்ச் சீர்ப் பந்தன்
மன்னுக்குண் மேலா மரபு

(பா: எண்; 41)

கல்வி ஒழுக்கம் - மாசறு கல்வி

கற்றன்னர், கற்றாரைக் காதலர்; கண்ணோடார்
செற்றன்னர்; செற்றாரைச் சேர்ந்தவர், தெற்றென
உற்றது உரையாதார்; உள் கரந்து பாம்பு உறையும்
புற்று அன்னர், புல்லறிவினார்
                    (நான்மணிக்கடிகை பா: எண்: 55)